I0690054

वि.आ.बुवा

नातेवाईक

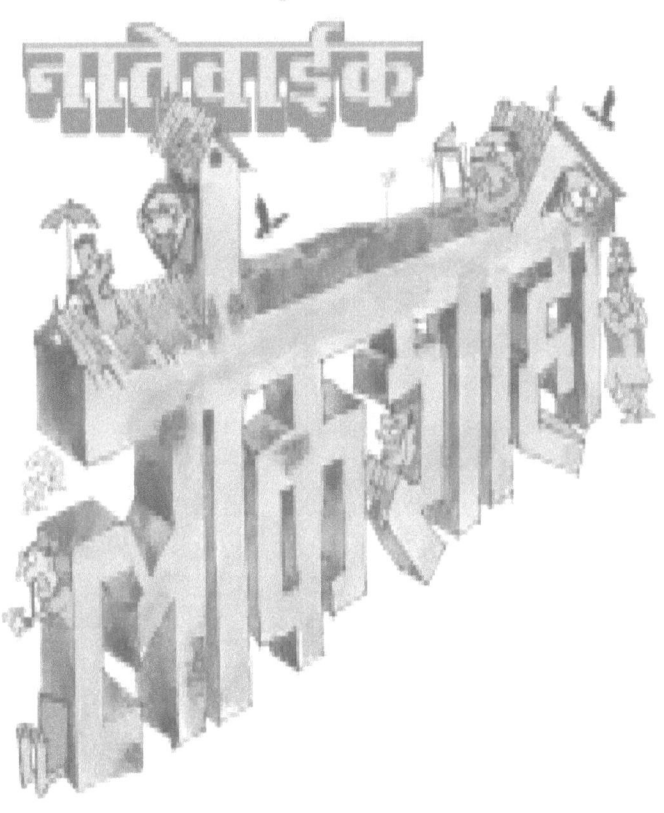

वि.आ.बुवा

नातिचार्इक लोकशाही

दिलीपराज प्रकाशन प्रा. लि.

२५१ क, शनिवार पेठ, पुणे - ४११ ०३०.

नातेवाईक लोकशाही
Nateyaik Lokashahi

प्रकाशक
श्री. राजीव दत्तात्रय बर्वे
मॅनेजिंग डायरेक्टर,
दिलीपराज प्रकाशन प्रा. लि.,
२५१ क, शनिवार पेठ, पुणे - ४११ ०३०

© **वि. आ. बुवा**

प्रथमावृत्ती - १५ सप्टेंबर २०१०

प्रकाशन क्रमांक - १८२५

ISBN - 978-81-7294-831-3

मुद्रक
Repro India Limited, Mumbai.

टाईपसेटिंग
पितृछाया मुद्रणालय,
९०९, रविवार पेठ, पुणे - ४११ ००२

मुखपृष्ठ - सुहास चांडक

Website : www.diliprajprakashan.com
Email : diliprajprakshan@gmail.com

दिवाळी अंकांचा बादशहा, 'आवाज'चे यशस्वी संपादक
आणि १९५३ पासूनचे माझे दिलखुलास सन्मित्र
कै. मधुकर पाटकर
यांच्या स्मृतीस—

It didn't really look like the sort of area where a warlock would be holed up. True, those of witch-kind tried not to flaunt their wealth, but they tended to live in nicer neighborhoods than this. Still, Rafe knew better than to make assumptions.

The self-driving vehicle slowed and then came to a stop in front of a one-story house with a faux-stone façade. The garage door stood open, and inside Rafe spotted a large red pickup truck. Next to it was a big American motorcycle—a Harley, he guessed, although he supposed it could also have been an Indian. A well-muscled guy was working on the Harley, engine parts neatly laid out on a tarp next to the bike.

The man's back was to the street, so Rafe couldn't get a look at his face. And from this distance, he wasn't able to tell whether the guy was a warlock or not.

"Wait here," he told the Ryde vehicle. Then he glanced over at Cat. "You ready?"

She pulled in a breath, her gaze shifting toward the guy in the garage before it returned to him. "Not really, but I'm not going to wait in here, either. Let's go."

They both got out of the van. The man working on the bike must have heard them approach, because he straightened up and looked

अनुक्रम

एक

प्रयोगशील प्रकाशक : श्री. शंकरराव कुलकर्णी

सुमारे १९७०-७५ पर्यंत मुंबईतील गिरगाव म्हणजे मराठी साहित्याचं मोठं तीर्थक्षेत्र होतं. अनेक नियतकालिकं गिरगावातून निघत. नामवंत प्रकाशन-संस्थांचा पत्ताही 'गिरगाव, मुंबई नंबर चार' हाच होता. पुस्तकांची मोठी दुकानं म्हटली, की गिरगावच. मराठीतले मोठे साहित्यिकसुद्धा गिरगावातच असायचे. गिरगावाचा साहित्यक्षेत्रात १९७० पूर्वीची अनेक दशकं चांगलाच दबदबा होता. गिरगाव नाक्यावरच्या 'व्हॉइसराय हॉटेल'मध्ये केव्हाही गेलं तरी चार-सहा साहित्यिक, गेला बाजार लेखक तरी हमखास भेटायचे. व्हॉइसराय हे इराणी हॉटेल. इराण्याच्या हॉटेलात कपभर चहाच्या मोबदल्यात वाटेल तेवढा वेळ गप्पांपासून चर्चांपर्यंत विविध प्रकारे बोलत बसण्याची सोय होती.

अशा या गिरगाव नामक मराठीचिये नगरी 'गिरगाव नाका' हे मध्यवर्ती ठिकाण आहे. या नाक्यावर महाराजा बिल्डिंग ही वास्तू मराठी लेखकांच्या सतत जाण्या-येण्यामुळे सुपरिचित झाली होती. प्रथम 'महाराष्ट्र ग्रंथ भांडार' आणि नामान्तरानंतर 'भारतीय प्रकाशन मंदिर' असं नाव धारण करणारी प्रकाशन संस्था त्या काळात प्रसिद्ध होती. या 'महाराष्ट्र-पुढं भारतीय' प्रकाशन संस्थेचे मालक शंकरराव कुलकर्णी होते. पहिल्या मजल्यावर प्रकाशन संस्था आणि त्याच्याही वरच्या मजल्यावर निवासस्थान. त्यामुळे शंकरराव केव्हाही भेटू शकत.

साधारण १९५८ च्या सुमारास शंकररावांचा आणि माझा परिचय झाला. काही माणसांची मागंच कधीतरी ठराविक शारीरिक वाढ झालेली असते. नंतर त्यांचं दिसणं, वाढणं, वजन यांत काहीच फरक पडत नाही. शंकररावांना मी पहिल्यांदा जेव्हा पाहिलं, तेव्हापासून पुढं कित्येक वर्षं त्यांच्यात काहीच फरक पडला नाही. तीच सडपातळ देहयष्टी (यष्टीच नाही तर काय!) त्या काळात अनंत अंतरकर, पु. रा. लेले, त्र्यं. वि. परचुरे अशा आणखीही काही देह'यष्टी' गिरगाव

नाक्याच्या परिसरात सुप्रसिद्ध व्यक्ती म्हणून होत्या. एक संपादक, दुसरे लेखक आणि तिसरे ग्रंथविक्रेते. आणि थोडं पुढं गेलं की ग. का. रायकर या नावाची देह-यष्टी पाहायला मिळे. त्या काळातलं गिरगाव निराळ्या अर्थानं 'यष्टी'रक्षक होतं.

खादीची पँट (विटकरीच्या जवळपासच्या रंगाची) आणि खादीचा पांढरा शर्ट हा शंकररावांचा वर्षानुवर्षांचा पोषाख असे. खादीचा एवढा निकट आणि दीर्घकालीन संपर्क असूनही शंकररावांना 'खादी'ची कला कशी काय अवगत झाली नाही याचं नवलच वाटावं. कदाचित डोक्यावर खादीचं शिरस्त्राण नसल्यामुळे तसं झालं असावं. डोक्यावरचे पांढरे केस भांग नक्की पडणार नाही इतपतच वाढलेले असायचे. त्यामुळे शंकररावांच्या केसांची आणि भांगाची कधीच गाठभेट झाली नाही, असं म्हटलं तरी चालण्यासारखं आहे.

शंकररावांनी आपल्या प्रकाशनव्यवसायात अनेक चढउतार (कित्येकदा उतारच) पाहिले होते. त्यातून चिकाटीनं ते तग धरून राहिले. अनेक अडचणींना धैर्यानं तोंड देऊन त्यातूनच ते बाहेर पडले. शेवटपर्यंत, 'महाराजा बिल्डिंग, गिरगाव, मुंबई चार' हाच पत्ता राहिला. चेहऱ्यावर सदैव हलकंसं स्मित हे शंकररावांचं वैशिष्ट्य होतं. त्यामुळे ते अडचणीत आहेत की नाहीत, हे समोरच्या माणसाला कळत नसे. हे स्मितही त्यांनी शेवटपर्यंत टिकवून ठेवलं होतं.

प्रकाशन आणि विक्री यांसंबंधी त्यांच्या डोक्यात नेहमी निरनिराळ्या कल्पना असत. साहसी वृत्तीनं ते त्यात उडी घेत. उडी कधी बरोबर पडे, तर कधी चुकीची पडे. बोलून-चालून उडीच ती! तिचा काय नेम सांगावा? चुकीची उडी पडली की त्यांची आर्थिक हाडं फ्रॅक्चर व्हायची. ती पूर्ववत होईपर्यंत शंकरराव आर्थिक रुग्ण म्हणून वावरत. बरे झाले की पुन्हा नवी उडी. त्यात यश आलं की, पाठोपाठ एक उंच उडी आणि दुसरी लांब उडी. प्रकाशनक्षेत्रात शंकरराव सतत नवीन प्रयोग करत असत. कल्पना डोक्यात आली की, ते कृतीत आणायच्या कामाला लागायचे.

माझा त्यांच्याशी परिचय झाल्यावर काही दिवसांनी ते मला म्हणाले, "मला तुमचं एक पुस्तक काढायचं आहे." शंकररावांचं ते श्रुतिमनोहर वाक्य ऐकून माझे कान सुखावले. तोपर्यंत माझी जेमतेम सहाच पुस्तकं प्रसिद्ध झाली होती. माझं सातवं पुस्तक मी शंकररावांना दिलं. त्या पुस्तकाचं नाव 'असून अडचण, नसून खोळंबा' असं होतं. त्यांनी ते पुस्तक १९५९ मध्ये प्रसिद्ध केलं. १४४ पानांच्या त्या पुस्तकाची किंमत फक्त तीन रुपये होती. (माझ्या तेवढ्याच पानांच्या पुस्तकांची किंमत सध्या पन्नासपट झाली आहे.) त्यांनी १९६० मध्ये 'आधुनिक पंचतंत्र' हे माझं आणखी एक पुस्तक प्रकाशित केलं.

पुढं काही काळ भगवानदास हिरजी, मॅजेस्टिक, जे. विनायक, यशवंत

प्रकाशन आदी मंडळींनी माझी पुस्तकं प्रकाशित केली. माझ्या पुस्तकांची संख्या वीस झाली. शंकररावांनी १९६० ते १९६४ पर्यंत माझी पुस्तकं काढली नव्हती तरी, माझं त्यांच्याकडे नेहमी जाणं-येणं असे. गप्पागोष्टी होत असत. शंकरराव साधारपणे ललित साहित्य प्रसिद्ध करत असत. याच्या जोडीलाच ते रहस्यकथांची पुस्तकंही प्रसिद्ध करत असत. त्यांनी रहस्यकथांची पुस्तकंही खूप प्रसिद्ध केली होती. सर्व प्रकारची पुस्तकं ते रास्त किंमत छापून विकत असत. बहुतेक पुस्तकांच्या किमती पाच रुपयांच्या आतच असत. (अर्थात त्या काळात पुस्तकांच्या किमती आजच्या मानानं खूपच कमी असत.)

मी असाच एकदा नेहमीप्रमाणं त्यांच्याकडे गेलो होतो. तिथून आम्ही दोघे गिरगावातल्या सेंट्रल सिनेमाजवळच्या एका हॉटेलात काही तरी खायला म्हणून जाऊन बसलो होतो. ही १९६१ च्या जुलै महिन्यातली गोष्ट आहे. तिथं गप्पा मारता-मारता शंकररावांनी मला सहज विचारलं, ''यंदा किती दिवाळी अंकांत लिहिणार आहात?'' तेव्हा मी म्हणालो, ''आतापर्यंत अठरा-वीस दिवाळी अंकांची पत्रं आली आहेत. आणखीही अपेक्षित आहेत.''

''इतक्या अंकांतून तुम्ही लिहिणार?'' शंकररावांनी विचारलं.

''अर्थात!'' मी सहजपणे म्हणालो, ''आणखी पत्रं आल्यावर आणखीही लिहीन.''

''एखाद्या दिवाळीला तुम्ही जास्तीत जास्त किती लिहू शकाल?'' शंकररावांनी सहज गंमत म्हणून मला विचारलं.

''वाटेल तितकं लिहू शकेन,'' मी म्हणालो, ''जर एखादा हरीचा लाल येऊन मला म्हणाला की, तुमच्या एकट्याच्याच साहित्यानं संपूर्ण भरलेला दिवाळी अंक मला काढायचा आहे, तर मी त्याला चटकन होकार देईन आणि व्यवहार ठरला की लगेचच 'श्री संपूर्ण बुवा दिवाळी अंकाय नम:' असं म्हणून पहिला लेख लिहायला प्रारंभ करीन.'' माझं हे बोलणं शंकररावांनी लक्षपूर्वक ऐकलं. नंतर ते अगदी काही क्षणच बोलायचे थांबले आणि मला म्हणाले, ''बुवा, तुम्हाला तसा हरीचा लाल मिळाला. तुम्ही लिहायला सुरुवात करा. पूर्णपणे तुमच्या एकट्याच्याच साहित्यानं भरलेला दिवाळी अंक काढला जाईल.''

''अहो, पण एवढ्यातल्या एवढ्यात तुम्हाला कोण भेटला असा हरीचा लाल?'' मी विचारलं.

''हा काय तुमच्याशी बोलत आहे ना!'' शंकरराव म्हणाले, ''मीच तसा दिवाळी अंक काढणार आहे.''

''शंकरराव, तुम्ही मुरब्बी प्रकाशक आहात. असा तडकाफडकी निर्णय घेऊ

नका. शेवटी आर्थिक नफा-तोटा तुमचा होणार आहे. मला काय, पैसे आणि प्रसिद्धी मिळेल. म्हणून म्हणतो, पुन्हा नीट विचार करून सांगा.'' मी सांगितलं.

''ठरलं म्हणजे ठरलं!'' शंकरराव ठामपणे म्हणाले, ''एकाच लेखकाच्या लेखनानं भरलेले साप्ताहिकांचे साधे अंक (पानं आठ-दहा) यापूर्वी निघाले आहेत. परंतु दीडशे पानांचा या पद्धतीचा दिवाळी अंक मराठीत अजूनपर्यंत कुणीही काढला नसेल. हा नवा उपक्रम आपण करू या. संपूर्ण लेखन तुमचं आणि संपूर्ण आर्थिक जबाबदारी माझी.''

''खरंच मी अशा एकलेखकी दिवाळी अंकासाठी लेखन करायला सुरुवात करू काय?'' मी पुन्हा शंका व्यक्त करत म्हणालो, ''मी विनोदी लेखक म्हणून गेली दहा वर्षं प्रसिद्ध आहे. निरनिराळ्या दिवाळी अंकांत अन्य अनेक मान्यवर लेखकांच्या साहित्याबरोबरच माझं साहित्य प्रसिद्ध होत असतं. सर्व लेखकांच्या साहित्याबरोबरच माझंही साहित्य वाचलं जातं. ती लोकप्रियता सर्वांबरोबरच मिळत होती. पण केवळ माझंच एकट्याचं साहित्य असलेला दिवाळी अंक मुद्दाम विकत घेणारे वाचक किती लाभतील, या गोष्टीचाही नीट विचार केला पाहिजे.''

''आपण प्रयोग तरी करून पाहू या.'' शंकरराव म्हणाले, ''कुणी सांगावं, प्रयोग यशस्वीसुद्धा होईल. नाही तर प्रयोग फसेल, हे ठरवूनच तर उडी घेत आहे.''

''तुमचा निर्णय पक्का दिसतोय, तर मग मीसुद्धा लिहायला सुरुवात करतो.'' मी म्हणालो.

''त्याआधी या अपूर्व दिवाळी अंकाची एक जाहिरात तयार करून द्या. मी 'केसरी'च्या पुढच्या रविवारच्या अंकात प्रसिद्ध करतो.'' शंकरराव म्हणाले.

सहज काही तरी खायला म्हणून आम्ही दोघे हॉटेलात गेलो आणि एक आगळा, अभिनव दिवाळी अंक काढण्याचा संकल्प करून बाहेर आलो. ते महाराज 'महाराजा बिल्डिंग'मधे गेले आणि मी घरी यायला निघालो. माझ्या डोक्यातही चक्रं फिरू लागली. शंकरराव एवढ्या तडकाफडकी एकलेखकी दिवाळी अंक काढण्यास उद्युक्त होतील याची मला स्वप्नातही कल्पना नव्हती. आता मुद्रित सुमारे दीडशे पानं भरतील एवढं विविध प्रकारचं–तेही सगळं विनोदी साहित्य–लिहिण्याची आकस्मिक जबाबदारी माझ्या शिरकमलावर येऊन पडली. लेखनकाम सुरू करणं, एवढा एकच पर्याय माझ्यापुढं होता. एवढा मोठा दिवाळी अंक मी एकटाकी भरून काढायचा होता. दररोज पहाटे नेहमीप्रमाणं उठून लेखनकार्य सुरू केलं.

पहिल्यांदा 'विनोद' या विषयावर 'प्रबंध'वजा (ज्यातून प्रबंध वजा गणिती चिन्ह, असा अर्थ काढला न जावो.) लिहायला घेतलं. 'दीर्घ लेख' असं म्हणून

स्वत:कडे उगीचच कशाला कमीपणा घ्या, या हेतूनं मी 'प्रबंध' हा प्रतिष्ठित शब्द वापरला. एवढंच नव्हे, तर त्या शब्दाच्या मागं 'अभ्यासपूर्ण' हाही शब्द वापरल्यामुळे त्या लेखनाचं वजन आपोआपच दुप्पट झालं. दिवाळी अंकाची मुद्रित बत्तीस पानं या 'विनोदा'नं व्यापली होती.

त्याआधी एक गोष्ट सांगायची राहूनच गेली. दिवाळी अंकाचं नाव काय ठेवायचं? दिवाळी अंकाचं नावही आगळं-वेगळं पाहिजे. शंकरराव म्हणाले, ''नाही तरी तुमच्या एकट्याचंच साहित्य त्यात प्रसिद्ध होणार आहे. म्हणून या दिवाळी अंकाचं नावही 'बुवा' असंच ठेवू आणि मुख्य 'बुवा' या नावामागं छोट्या अक्षरांत 'सबकुछ वि. आ.' असं लिहू.'' ही कल्पना मला अर्थातच आवडली. (माझ्या नावाचा जयजयकार होता ना? नाव माझं आणि खर्च शंकररावांचा!) त्यानंतर मुखपृष्ठासाठी आकर्षक विनोदी चित्र पाहिजे. दिवाळी अंकाच्या मुखपृष्ठावर अंकाचं नाव 'बुवा' झळकणार. पण बाई कुठं आहे? बाईविना 'बुवा' कसा खपणार? ही अडचण माझे चित्रकार मित्र शि. द. फडणीस यानी यूं करके दूर केली. त्यांनी आगळ्या पद्धतीचं फर्मास विनोदी चित्र काढून दिलं. इतर ठराविक पद्धतीच्या बायकी मुखपृष्ठांत हे मुखपृष्ठ चटकन नजरेत भरत होतं. त्याचं श्रेय अर्थातच फडणीसांना. आकर्षक मुखपृष्ठ आणि भरगच्च विनोदी साहित्य अशा 'बुवा' दिवाळी अंकाची किंमत किती छापली होती; माहीत आहे? 'किंमत २०० नवे पैसे' असं मुखपृष्ठावर लाल रंगात ठळकपणे छापलं होतं.

असा हा शंकररावांना सुचलेला आणि मी प्रत्यक्ष कृतीत आणलेला 'बुवा' दिवाळी अंक बाजारात आल्यावर पहिल्याच दिवशी संपला. शंकररावांची ही उडी समुद्रावरून लंकेत मारलेल्या मारुतीच्या उडीप्रमाणं यशस्वी ठरली. आम्हा दोघांनाही आनंद झाला. प्रयोगशील शंकररावांचा हा प्रयोग चांगलाच लाभदायक ठरला होता.

या पहिल्या अंकात विनोदावरील प्रबंधाशिवाय, टेलिफोनवरून संभाषण (शेजारी बसून ऐकताना उत्सुकता वाढवणारं), हे मराठी दुकानदार, कधि करशी लग्न माझं (चित्रपटकथा), जाऊ तिथं खाऊ (लोकनाट्य), एकेक चमचा (कादंबरी) इत्यादी विविध प्रकारचं विनोदी साहित्य मी लिहिलं होतं. पुढल्या वर्षीही पुन्हा असाच एकपात्री अंक काढला. तेव्हाही यशाची तशीच पुनरावृत्ती झाली. नंतर मात्र हे 'बुवा' वार्षिक ग. वा. बेहरे यांनी चालवायला घेऊन त्याचं मासिकात रूपांतर केलं. (ते गेल्या वर्षापर्यंत (१९९३) सुरू होतं.) हा झाला शंकररावांचा एकपात्री दिवाळी अंक काढण्याचा प्रयोग.

शंकरराव प्रकाशन व्यवसायातील प्रयोगांनी झपाटलेले होते. इतके की त्यांना 'प्रयोगग्रस्त' असं कधी कधी म्हणावंसं वाटे. प्रयोग करण्यात त्यांना आनंद

प्रयोगशील प्रकाशक : शंकरराव कुलकर्णी ☺ ११

वाटे. एवढा आनंद की, कधी कधी ते तोटाही आनंदानं गोड मानून घेत. तोट्याचे 'गोड आनंद'ही शंकररावांनी अनुभवले आहेत. त्यातून स्वत:ला लगेच सावरून घेऊन ते पुढच्या प्रयोगाला लागत. मी बहुप्रसव लेखक आहे, हे शंकररावांना अनुभवानं माहीत होतं. म्हणून त्यांनी दुसरा प्रयोग माझ्यापासूनच सुरू करण्याचं ठरवलं. निरनिराळ्या मासिकांतून आणि दिवाळी अंकांतून माझं साहित्य त्या काळात तर मोठ्या प्रमाणात प्रसिद्ध होत होतं. 'बुवांचं एकच पुस्तक काढायच्याऐवजी त्यांची एकदम पाच पुस्तकं प्रसिद्ध करण्याचा प्रयोग करून पाहू या', हे शंकररावांना सुचलं. ही कल्पना त्यांनी मला सांगितली. त्या कल्पनेच्या मागं मी मनातल्या मनात 'सुरम्य' हा शब्द ठेवला. इथंही खर्च शंकररावांचा आणि प्रसिद्धी, नाव-लौकिक माझा, अशी विभागणी होती.

शंकरराव मला म्हणाले, "बुवा, तुम्ही एकदम पाच पुस्तकांचं साहित्य आणून द्या. एकदम तुमच्या पाच पुस्तकांचा संच काढतो. हा नवा प्रयोग करून पाहू या. एकाच लेखकाची एकाच वेळी एकदम पाच पुस्तकं यापूर्वी कुणीही काढली नाहीत; म्हणून मी हा प्रयोग पहिल्यांदा करणार आहे."

"तथास्तु!" मी म्हणालो. मी एकदम पाच पुस्तकांना पुरेल एवढं साहित्य शंकररावांना दिलं. शंकररावांनी त्याचे पाच भाग केले. (कुंती करीत असे त्याप्रमाणे. आठवा– 'पांडवांचा वनवास'.) पाच पुस्तकांना पाच नावं ठेवली. (दुसऱ्या कुणी नावं ठेवण्याआधीच) पाच पुस्तकांचे गठ्ठे छापून आले. छापील किमतीवर सवलत ठेवल्यामुळे आगाऊ पैसे भरून कित्येक जण आधीच ग्राहक झाले. माझ्या पाच पुस्तकांचा पहिला संच १९६४ मध्ये प्रसिद्ध झाला. शंकररावांच्या दुसऱ्या प्रयोगाची उडीही ऑलिंपिकमधल्या खेळाडूसारखी यशस्वी ठरली. (१९८८ मध्ये सेऊल येथील ऑलिंपिकमधे रशियाच्या जी. अव्हदियेंको या खेळाडूनं २.३८ मीटर उंच उडी मारून पहिला नंबर पटकावला होता. मराठीमध्ये पहिल्यांदाच एकाच लेखकाची पाच पुस्तकं एकदमच काढण्याची शंकररावांची उडी किती उंच असेल याची कल्पना करा. गेला बाजार एका पुस्तकाला एक मीटर असा सरधोपट हिशेब धरला तरी झाले की पाच मीटर!)

पहिली पंचपुस्तकीय उडी यशस्वी झाल्यावर शंकररावांनी असल्याच उड्यांचा 'रियाज' सुरू ठेवला. त्या पाठोपाठ त्यांनी माझ्या पुस्तकांचे प्रत्येकी पाच-पाच याप्रमाणे आणखीही तीन संच काढून नवीनच पायंडा पाडला. मी लिहीत होतो आणि शंकरराव पाचुंद्याच्या संख्येने माझी पुस्तकं प्रसिद्ध करत होते. वाचकही माझी पुस्तकं पंचकडीच्या स्वरूपात वाचत होते. (माणूस स्वत: लेखक झाला नाही तर तो बिचारा वाचण्याशिवाय दुसरं काय करणार?) आधीचा जागतिक विक्रम मोडणं,

हे ऑलिंपिकमधे भाग घेणाऱ्याचं सुखस्वप्न असतं. महाराजा बिल्डिंगमधील या महाराजांनी स्वत:चेच आधीचे विक्रम मोडण्याचं ठरवलं. लेखक वि. आ. बुवाच आणि प्रकाशक शंकरराव कुलकर्णीच. शंकरराव मला म्हणाले, ''आपला पाच पुस्तकांचा संच काढण्याचा प्रयोग चारदा यशस्वी झाला आहे. आता मी तुमच्या दहा पुस्तकांचा संच एकदम काढणार आहे. तेवढं साहित्य मला आणून द्या.''

मी माझ्या साहित्याचा गठ्ठा त्यांच्या चरणारविंदी सादर केला. शंकररावांनी लगेच मुद्रणालयात ते साहित्य पाठविले. अल्पावधीत दहा पुस्तकांचा संच तयार झाला. हा प्रयोग यशस्वी झाल्यावर शंकरराव म्हणाले, ''आणखी दहा पुस्तकांचा संच काढतो.'' आणि लगेच त्यांनी माझ्या आणखी दहा पुस्तकांचा संच काढला. मी लिहून-लिहून दमतो की, ते पुस्तकं काढून-काढून दमतात, अशी आम्हा दोघांत जणू काही अलिखित स्पर्धाच सुरू होती. शेवटची पुस्तकं १९७२ मध्ये शंकररावांनी काढली. त्यानंतर दुर्दैवानं त्यांचं दु:खद निधन झालं. दोघांतली गोड स्पर्धा तिथंच थांबली. शंकरराव अजून असते, तर माझं शंभरावं पुस्तक मागंच काही वर्षांपूर्वी प्रसिद्ध झालं असतं. नियतीची तशी योजना नव्हती, हेच कारण होय.

शंकररावांचा मला आलेला अनुभव खरोखरच सुखद होता. ज्या काळात दिवाळी अंकाची किंमत २-३ रुपये होती; सर्वसाधारण ललित पुस्तकंही २-४ रुपयांत मिळत होती, त्या काळात लेखकाला पुस्तकाचं मानधनही कमी मिळत असे. (त्याच्याही आधीची एक आठवण : ना. सी. फडके यांची पहिली कादंबरी 'अल्ला हो अकबर'ला प्रकाशकाकडून फक्त ३० रुपये मोबदला मिळाला होता म्हणे.) मी लिहू लागलो तेव्हा आणि पुढंही काही वर्षं प्रसिद्धीप्राप्त लेखकाला एका पुस्तकाचं मानधन पाचशेपर्यंत जास्तीत जास्त मिळायचं. (अपवाद मला माहीत नाही.) मी तर तसा नव-प्रसिद्ध होतो म्हणून मला साधारण एका पुस्तकाला त्या काळात अडीचशे ते तीनशे रुपये मिळायचे. शंकरराव तेवढे देत असत. सत्तर-ऐंशी सालानंतर मात्र लेखकाचं मानधन वेगानं वाढू लागलं. (कारण : बाहेरची वेदवती महागाई. दुसरं काय?) शंकररावांचा सहवास तसा पंधरा वर्षंच लाभला. पण एवढ्या अल्पावधीत त्यांनी माझी पुस्तकं प्रसिद्ध करून मला कायमचं ऋणी करून ठेवलं आहे. एकाच लेखकाची इतकी पुस्तकं अवघ्या दीड दशकात प्रसिद्ध करण्याचा विक्रम शंकररावांशिवाय दुसऱ्या प्रकाशकांनी केला नसेल. शंकररावांचा झपाटाच निराळा होता. शंकरराव कुलकर्णी यांच्या स्मृतीस कृतज्ञतापूर्वक अभिवादन.

■ ■ ■

दोन

नातेवाईक लोकशाही

इंग्लंडमधील लोकशाही बिचारी लोकशाही एके लोकशाही या पद्धतीची आहे. परंपरागत पद्धतीनं चालणारी आहे. अमेरिकन लोकशाही 'डेमॉक्रसी ऑफ दि पीपल, फॉर दि पीपल आणि बाय दि पीपल' अशा पद्धतीची आहे. आपली लोकशाही विविधरूपी आहे. आपल्या लोकशाहीचा देखावा इंग्लंडच्या लोकशाहीचा आहे, तर लोकशाहीची व्याख्या अमेरिकन व्याख्येत सोईस्कर बदल केलेली आहे. OF च्या ऐवजी OFF, FOR च्या ऐवजी FAR आणि BY च्या ऐवजी BUY असा स्पेलिंगचा फरक करून पण उच्चार मात्र तेच, अशा पद्धतीची आपली व्याख्या आहे. म्हणजे अशी 'डेमॉक्रसी OFF दि पीपल, डेमॉक्रसी FAR दि पीपल अँड डेमॉक्रसी BUY दि पीपल' आपली लोकशाही अशी ऐसपैस आहे, अशी अघळपघळ आहे. अशी 'ग्रेट' आहे की, यासारखी लोकशाही हीच. सर्व काही समावेशक लोकशाही आहे.

त्यातल्या त्यात 'नातेवाईक लोकशाही' या देशात मोठ्या प्रमाणात विकसित झाली आहे. गेल्या पन्नास वर्षांत इतके नातेवाईक लोकप्रतिनिधी झाले की, त्यांची गणती करणं कठीण आहे. मुळारंभ आरंभ नेहरू घराण्यापासूनच झाला. स्वत: पं. नेहरू लोकशाहीचे, समाजवादाचे, आधुनिक विचारांचे कट्टर पुरस्कर्ते होते. परंतु जोडीलाच 'नातेवाईक लोकशाही'चे क्रियाशील पुरस्कर्ते होते, हे स्पष्टच दिसून येते. काही नेहरू, काही कौल (आडनाव), एखादी पंडित (आडनावच) एवढे नातेवाईक पं. नेहरूंच्या आशीर्वादानंच विविध पदांवर होते. नातेवाईक याअर्थी इंग्लिशमध्ये रिलेटिव्ह हा शब्द आहे. रिलेटिव्हचा आणखी एक अर्थ आहे. रिलेटिव्ह म्हणजे तुलनेनं, सापेक्ष, कंपॅरेटिव्ह वगैरे. रिलेटिव्ह डेमॉक्रसी याचे आपल्या लोकशाहीत दोन अर्थ आहेत. एक– इतर देशांतल्या डेमॉक्रसीच्या तुलनेत आपली डेमॉक्रसी. दोन– रिलेटिव्ह डेमॉक्रसी म्हणजे नातेवाइकांची डेमॉक्रसी. ही

रिलेटिव्ह डेमॉक्रसी अर्थात नातेवाईक लोकशाही. आपली रिलेटिव्ह डेमॉक्रसी अशा प्रकारे नातेवाईक लोकशाही आहे.

वंशपरंपरेचं बीज

या संदर्भात कोण असतील बरं या अप्रतिम लोकशाहीचे उद्गाते, पुरस्कर्ते आणि संवर्धक? त्यासाठी मुद्दाम आठवणं असं काहीही करावं लागत नाही. वृत्तपत्रांतून त्यांची नावं सर्रास छापून येतात. त्यावर टीका होतात. वादळ उठतं–लगेच शमतं. दिल्लीला तर पुराणकाळापासून नातेवाइकांचा वारसा लाभला आहे. दुष्यंत, शंतनू, भरत... धृतराष्ट्र, कौरव-पांडव सगळे नातेवाईकच. फरक एवढाच की, त्या काळात लोकशाही नव्हती. म्हणून काय झालं? वंशपरंपरेचं बीज प्राचीन काळापासून पेरून ठेवलेलं आहे. पुढं मुसलमानी सत्तेच्या काळात तर अनेक घराणी दिल्लीवर राज्य करून गेली आहेत.

गुलाम घराणं, कुतबुद्दीन ऐबक ते कैकूबाद-सात पिढ्या, खिलजी घराणं—जलालुद्दीन ते मुबारक शाह-तीन पिढ्या, सय्यद घराणं—खिजरखान ते अल्लाउद्दीन-चार पिढ्या, लोदी घराणं—बहलोलखान ते इब्राहिम–तीन पिढ्या, मोगल घराणं—बाबर ते बहादूरशहा-अठरा पिढ्या. सगळी मुस्लिम घराणी इ. स. १२०६ ते १८५८ या प्रदीर्घ कालखंडात होऊन गेली. दिल्लीला ६१२ वर्षांची दीर्घकालीन अशी घराणेशाहीची परंपरा आहे. दिल्लीला फुटकळ सिंगल राज्यकर्ता मानवतच नाही. मधली काही वर्षं या देशावर इंग्रजांचं राज्य होतं. तेव्हा काही काळ घराणेशाहीत खंड पडला होता. परंतु ही त्रुटी स्वातंत्र्यप्राप्तीनंतर लगेच भरून काढण्यात आली. दिल्ली १८५८ ते १९४७ या काळात घराणेशाहीला वंचित झाली होती. हा ८९ वर्षांचा घराणेशाहीविरहित कालखंड दिल्लीला सहन करावा लागला. ही विनाघराणेशाही अवस्था दिल्लीनं इतकी वर्षं कशी काय सहन केली असेल, ते तिलाच माहीत.

शेवटी प्रत्येक गोष्टीचा केव्हा ना केव्हा शेवट असतो. या तत्त्वास अनुसरून दिल्लीतले घराणेविरहित दिवस संपले. देश १५ ऑगस्ट १९४७ या दिवशी स्वतंत्र झाला आणि स्वातंत्र्याप्रमाणेच महत्त्वाची गोष्ट म्हणजे दिल्लीला पुन्हा नव्यानं घराणेशाही सुरू झाली. दिल्ली एकदम खूश झाली. कारण दिल्लीला घराणेशाहीशिवाय जगणं अशक्य होतं. पं. नेहरू यांना दिल्लीमातेची ही व्यथा कळली होती, परंतु ते काही करू शकले नाहीत. आपल्याच आयुष्यात आपला वारसदार नेमून ठेवण्याची तरतूद घटनेत नाही. तथापि, वारसदाराऐवजी नातेवाइकांना निरनिराळी महत्त्वाची पदं देऊन त्यांनी ही त्रुटी दूर केली. नजीकचे काही नातेवाईक, त्यांची कुठे ना कुठं तरी वर्णी लावणं आवश्यक होतं. त्याप्रमाणे केलं गेलं. त्यांच्या पश्चात घराणेशाही

सुरू झाली. लोकशाही असली म्हणून काय झालं? घराणेशाहीपेक्षा लोकशाही मोठी थोडीच असते? राजेशाही जाऊन लोकशाही आली तरी दोन्ही शाहींचा आत्मा घराणेशाही हाच आहे, हे आतापर्यंत गेल्या पन्नास वर्षांत अनेक वेळा दिसून आलं आहे.

एवढा मोठा श्रीराम तोसुद्धा घराणेशाहीमधलाच होता. डायरेक्टर सूर्यवंश! दिलीप-रघू-अज-राम (नंतर) लव-कुश... घराणेशाहीच की! आधीचा शर्ट बदलून दुसरा शर्ट घातला म्हणून मूळ शरीर थोडंच बदलतं? राजेशाही बदलून लोकशाही आली म्हणून घराणेशाही या नावाचं शरीर थोडंच बदलतं? रामायण-महाभारत काळापासून घराणेशाही सन्मानपूर्वक जपण्यात आली आहे. 'घराणेप्रधान लोकशाही' हे आपल्या लोकशाहीचं व्यवच्छेदक लक्षण आहे. अशा प्राचीन परंपरा असलेल्या घराणेशाहीला नावं ठेवण्यात कार्य अर्थ आहे? पं. नेहरूंनंतर आणखी दोन पिढ्या ही घराणेशाही सुरू राहिली. चौथी पिढीही तयार होत असताना खूप विरोध झाला, परंतु 'जन्ते'लासुद्धा घराणेशाही आवडते.

तिकिटांचे वारसदार

प्रत्यक्ष वंशज किंवा जवळचे नातेवाईक यांना आपल्या लोकशाहीत अग्रक्रम दिला जातो. श्रीयुत अमुक तमुक केंद्र सरकारात मंत्री होते. त्यांचं कधी तरी दुःखद निधन व्हायचंच असतं. (मरणं प्रकृति: शरीरिणाम्- कालिदास) तसं झालं की, ती जागा भरून काढण्यासाठी पत्नीला निवडणुकीला उभं केलं जातं. मतदारांनाही त्यात काही गैर वाटत नाही. वारसाहक्कानं नवऱ्याच्या पश्चात त्याची पेन्शन त्याच्या बायकोला सुरू होते. घर, पैसाअडका बायकोला वारसाहक्कानं मिळतो. उत्तराधिकारी म्हणून बऱ्याच गोष्टी बायकोला मिळतात. मग निवडणुकीच्या तिकिटानंच काय घोडं मारलंय? आपली लोकशाही घराणेशाहीप्रधान असल्यामुळे दिवंगत मंत्र्याच्या बायकोला निवडणुकीचं तिकीट मिळतं. त्या मतदारसंघामधले मतदारसुद्धा एकंदरीत समंजसच! तेही आपलं मत श्रद्धापूर्वक घराणेशाहीच्या पदरात टाकतात. मग बायको निवडूनसुद्धा येते. पुन्हा घराण्यात खासदारकी सुरू. कालांतरानं मुलगासुद्धा त्याच 'तिकिटा'चा वारसदार होतो. तेच मतदार मुलालाही भक्तिभावानं मतं देतात, निवडून आणतात.

घराणेशाही ही आपल्या लोकशाहीची खासीयत आहे. याचंच अधिक विस्तृत रूप म्हणजे 'नातेवाईक लोकशाही'. नातेवाईक हा शब्द तऱ्हेवाईक, धंदेवाईक, मासलेवाईक वगैरे शब्दांच्या कुळातला वाटतो; पण तसं नाही. (तसं कुठं असेल तर तो योगायोग समजावा.) नातेवाईक म्हणजे पत्नी, मुलगा या आतल्या वर्तुळाबाहेरचं

वर्तुळ. ही सगळी वर्तुळं 'स्वजनां'चीच असतात. 'बहुजन हिताय– बहुजन सुखाय' हे जुनं झालं. त्याची सुधारित आवृत्ती 'स्वजन सुखाय– स्वजन हिताय' अशी आहे. त्यामुळे आपला मेहुणा, आपला पाव्हणा, आपला साडू, आपला जावई, आपला पुतण्या, आपला भाचा यांना लोकशाही मार्गानं निवडून आणून 'नातेवाईक लोकशाही' यशस्वी करून दाखविली जाते.

आपल्या देशात अमाप (ग्रामीण रूप : मोप, मायंदळ) राजकीय पक्ष आहेत. (जाता जाता– एक 'लोकशाही-सार' : खरं म्हणजे, खरे राजकीय पक्ष दोनच असतात. १) सत्ताधारी पक्ष आणि २) सत्ताकांक्षी पक्ष. या दोन पक्षांत सर्व पक्ष अंतर्भूत असतात.) सर्व राजकीय पक्षांचं एकमेकांशी अप्रतिम वैचारिक वैर असतं; परंतु सत्ता मिळणार असेल, तर 'समान कार्यक्रम' या सोज्वळ नावाखाली सत्तेत वाटेकरी होता येते. आपल्या देशातल्या लोकशाहीत नाना प्रकारच्या इतक्या सोई, इतक्या पळवाटा, इतकी आमिषं, प्रलोभनं आहेत की, हे सगळं पाहिल्यावर आपली लोकशाही किती सर्वांगीण विकसित झाली आहे याची यथार्थ कल्पना येईल. त्या मानानं इतर लोकशाही देशांतील लोकशाही अजूनही अविकसित किंवा विकसनशील आहे, असं वाटतं.

'नातेवाईक लोकशाही'च्या बाबतीत आपली लोकशाही जगात नंबर वन सहज असेल. अगदी पंतप्रधान, विविध राज्यांचे मुख्यमंत्री यांच्यापासून सर्वसाधारण मंत्री, पुढारी वगैरेंपर्यंत किती नातेवाइकांना सत्तालाभ झाला, हे पाहणं उद्बोधक ठरेल. ग्रामपंचायतीपासून संसदेपर्यंत (किंवा व्हाईसे व्हर्सा) नातेवाईक लोकशाहीची पाळेमुळे खोलवर रुजली आहेत. याचाच सोईस्कर अर्थ, 'लोकशाहीची पाळेमुळे खोलवर रुजली आहेत', असाही लावता येईल.

नातेवाईक लोकशाही केवळ लोकप्रतिनिधी होण्यापुरती मर्यादित नसून अन्य क्षेत्रातही नातेवाईक जाऊन पोहोचले आहेत. साखर कारखाने, सहकारी सूत गिरण्या, जिल्हा सहकारी बँका अशी काही क्षेत्रे ('कुरण' म्हणणे अगदीच हे दिसतं म्हणून— क्षेत्र) आहेत की, तिथंही घराणेशाहीपासून नातेवाईक लोकशाहीपर्यंत लोकशाहीचं आगळंच रूपडं दिसतं. 'अमुक तुमच्या घरी', 'तमुक तुमच्या दारी', 'अमुक तुमच्या अंगणी' अशा जाहिराती प्रसिद्ध होत असतात. त्याच चालीवर अनेक मातब्बर मंडळींच्या बाबतीत होत असतं. 'घराणेशाही आमच्या घरी', 'नातेवाईक लोकशाही आमच्या दारी', 'इलेक्शन आली रे अंगणी' असं सुरम्य दर्शन अनेक मतदारसंघांतून दिसून येतं.

सप्टेंबर १९९९ मध्ये जंगी निवडणुका झाल्या. तेव्हाची घराणेशाही आणि नातेवाईकशाही याची थोडीशी झलक. १) भूतपूर्व केंद्रीय मंत्री नटवर सिंह यांचे

चिरंजीव जगत सिंह– राजस्थानातील भरतपूर. २) परराष्ट्र व्यवहारमंत्री जसवंत सिंह यांचे सुपुत्र मानवेंद्र सिंह राजस्थानमधील बारमेर ३) जुने मंत्री दिनेश सिंह यांची सुकन्या रत्ना सिंह. ४) मध्य प्रदेशाचे मुख्यमंत्री दिग्विजय सिंह यांचे बंधू लक्ष्मण सिंह. ५) जुने मंत्री बहुगुणा यांची सुकन्या रिटा बहुगुणा-जोशी ६) काँग्रेस नेते श्री. नेताम यांची धर्मपत्नी - मध्य प्रदेशातून. ७) माजी केंद्रीय मंत्री करुणाकरन यांचे सुपुत्र मुरलीधरन– केरळमधून ८) डी. एम. एस. नंबुद्री यांचे चिरंजीव-केरळमधून. ९) बी. शंकरानंद (माजी मंत्री) यांचे सुपुत्र प्रदीप-कर्नाटकामधून. ही सर्व घराणेशाही कम नातेवाईकशाहीची प्रतिनिधिक उदाहरणं. राबडीदेवीसह आणखी किती तरी वारसदार देशभर विखुरलेले आहेत. गेल्या पन्नास वर्षांमधील निरनिराळ्या राजकीय पक्षांतील घराणेशाही आणि नातेवाईकशाही शोधून काढली, तर त्यातून शेकडो नातीगोती पाहायला मिळतील. सवड असल्यास तुम्ही हा 'सदुद्योग' करून बघा.

■ ■ ■

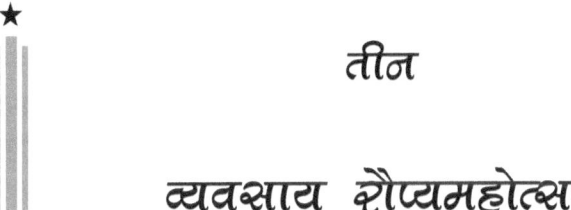

तीन

व्यवसाय रौप्यमहोत्सव

१. हसत-खेळत जोडाक्षरे

एक पुस्तिका काढली. जोडाक्षरांचे सर्व प्रकार त्यात होते. भीत-भीत ५०० प्रतीच काढल्या. बघता-बघता संपल्या. नातेवाईक, मित्र, शिक्षक, विद्यार्थी, पालक वगैरेंनी हातोहात ५०० प्रती नेल्या. ('चकट फू' हे दोन शब्द नेल्याच्या मागं जोडावेत. एका पैशाचीही प्राप्ती नाही.) एका दिवसात पहिली आवृत्ती बघता-बघता संपली. छपाईचा खर्च टाळक्यावर बसला.

२. शुद्धलेखनाशी दोस्ती

मग २० पानांची पुस्तिका काढली. शाळा-शाळांतून फिरलो. पहिली ५०० ची आवृत्ती संपली. पाचशे शाळांनी, वरचं सँक्शन घेऊन लगेच पैसे पाठवतो, असं सांगितलं. किंमत फक्त पाच रुपये. कसलं डोंबलाचं वरचं सँक्शन अन् काय! ५०० प्रती कृष्णार्पण, गंगार्पण, अक्कलखातेर्पण अशा तीन प्रकारांनी गेल्या. पुन्हा फटका. एका प्रतीचेही पैसे आले नाहीत.

३. पडल्या-पडल्या इंग्लिश

फाडफाड इंग्लिश, धूमधडाका इंग्लिश, फटाफट इंग्लिश, झटपट इंग्लिश, साडेतीन तासांत, अडीच तासांत धडाधड इंग्लिश, दीड तासात झकास इंग्लिश, पाऊण तासात ऑक्सफर्ड इंग्लिश अशा प्रकारच्या जाहिराती आपण नेहमी वाचत असतो, म्हणून मी निवडक व्यवहारी वाक्यांचं पुस्तक काढलं. काही नमुने :

१. माय फ्रेंड विल पे दि बिल

२. प्लीज लेंड मी...रूपीज (आकडा तुम्ही टाका.)

३. डार्लिंग (बायको), आय बेग युवर पार्डन.

४. धिस मंथ आय कॅनॉट रिटर्न मनी बॉरोड फ्रॉम यू लास्ट इअर.

५. आय अॅम सॉरी- यू आर राईट.

६. आय अॅम गोइंग फॉर प्लेझर ट्रिप. प्लीज गिव्ह मी युवर बॅग, कॅमेरा विथ रोल, गॉगल, थर्मास, स्वेटर, स्कार्फ, रिस्ट वॉच, मिरर, कोम, बिल क्रीम, शेव्हिंग क्रीम, रेझर, ब्लेड, ब्रश, टॉयलेट सोप, बूट, पायमोजे, बूट पॉलिश, ब्रश, टूथपेस्ट, टूथब्रश, फेस पावडर, आणि मुख्य गोष्ट वन थाऊजंड रूपीज.

आवश्यक तेवढीच फाडफाड वाक्यं या पुस्तकात आहेत. पुस्तकाच्या १ हजार प्रती किलोच्या भावानं विकल्यामुळे ठोक विक्री झाली आणि पहिली आवृत्ती एका दिवसात संपली.

४. हसत-खेळत मराठी

जोडाक्षराविरहित मराठी हसत-खेळत शिका. थोडा वेळ हसा, थोडा वेळ खेळा, थोडा वेळ मराठी शिका. पुन्हा थोडा वेळ हसा, थोडा वेळ खेळा, थोडा वेळ मराठी शिका. थोड्याच दिवसांत तुम्ही हसण्यात पहिला नंबर व्हाल, खेळण्यात चॅंपियन व्हाल आणि मराठीचे साहित्यसम्राट व्हाल. (पुस्तके मिळण्याचं एकमेव ठिकाण : दगडू धोंडू फातरफोड- रद्दी पेपरवाले)

जोडाक्षरविरहित मराठीचे नमुने–

शरद कळमकर, दशरथ परब, छगन तळवलकर, कमल अवचट, बबन सरमळकर, रमण नमन कर, मदन बस, सरल पडवळ बघ, दशरथ सरबत बनव, छगन करवत धर, कमल जल भर वगैरे वगैरे. वरती एकाही शब्दात जोडाक्षर नाही. काना, मात्रा, वेलांटी नाही. किती सरळ-सरळ-सरळ! परंतु हे पुस्तक भेळवाल्याला आवडलं. एका महिन्याच्या आत पहिली आवृत्ती खलास!

५. जोडाक्षरांचं झटपट पुस्तक

भरपूर जोडाक्षरांचे शब्द, वाक्ये. असं एक पुस्तक काढलं. नमुने बघा.

मॅसॅच्युसेट्स इन्स्टिट्यूट ऑफ टेक्नॉलॉजीमध्ये स्टॅटिस्टिकल सर्व्हे ऑफ ओरान नॉर्थ पोल अँड साऊथ पोल यांचा क्रिटिकल स्टडी सर्व्हे करायला गोल्सान्विस, एलफिन्स्टन आणि प्रद्युम्न गेले.

जोडाक्षरांचे उच्चार कसे करावेत याचीही माहिती देण्यात आली आहे. कठीण आणि उच्चारताना त्रासदायक जोडाक्षरी शब्द उच्चारण्याचं तंत्र आणि मंत्र या पुस्तकात आहे.

टीप - एक पुस्तक घेणाऱ्यास आणखी एक पुस्तक फुकट.

यामुळे निम्म्या प्रती खपल्या. प्रत्येकानं 'आणखी एक फुकट' याचाच लाभ उठवला. निम्म्या प्रती उशाला घेऊन झोपतो.

६. महिलांसाठी स्टोअर

बरंच भांडवल गुंतवलं. महिला खूप येऊ लागल्या. कुणी सेफ्टी पिना घेतल्या, तर कुणी कुंकवाच्या टिकल्या घेतल्या. कुणी रिबीन घेतली, तर कुणी हेअर क्लिप्स घेतल्या. असल्या क्षुल्लक वस्तूही, 'नावावर लिहून ठेवा' असं मला सांगून स्त्रिया, मुली जाऊ लागल्या. भीड चेपल्यावर पाच-पन्नास महिला सगळं उधार घेऊन जाऊ लागल्या. होता-होता रिकामी कपाटे शिल्लक राहिली. प्रत्येक महिला, ''पगाराला पैसे देते'', ''बोनस मिळाला की पैसे देते'', ''डी.ए.चे ॲरिअर्स मिळणार आहेत; प्रथम तुमचे पैसे देते.'', ''जानेवारीत मला प्रमोशन मिळणार आहे. त्या वेळी तुमचे सगळे पैसे एकरकमी चुकते करते.'' असले वायदे करून महिलांनी दुकान अक्षरश: लुटलं. दररोज रात्री दुकान बंद केल्यावर किल्ली घेऊन घरी जात असे. एका दिव्य दिवशी कुलूप आणि किल्ली दोन्ही घेऊन घरी गेलो.

७. कवितांचं दुकान

हल्ली ऊठसूट जिकडे-तिकडे कविता घुसडायची पद्धत रूढ झाली आहे. 'येथे पाहिजे त्या विषयावर रेडी मेड कविता मिळतील. अर्जंट ऑर्डर असल्यास अर्ध्या तासात कविता तयार करून मिळतील.' बारसं, पहिला वाढदिवस, डोहाळजेवण, मंगलाष्टकं, षष्ट्यब्दी, रौप्यमहोत्सव, सुवर्णमहोत्सव, एस. एस. सी. पास, दूरदेशी जाणाऱ्या सजणास, वगैरे वगैरे अनेक विषयांवर कविता रचून विक्रीसाठी ठेवल्या. ''अमुक अमुक या काव्याची झेरॉक्स प्रत द्या. घरी दाखवून आणतो,'' असं म्हणून प्रत्येक जण झेरॉक्स प्रती घेऊन जायचा आणि परत यायचाच नाही. प्रत्येक झेरॉक्स प्रतीवर ज्यानं-त्यानं 'कवी- स्वत:चं नाव' असं लिहून टाकलं. कुठलीच झेरॉक्स प्रत मिळाली नाही. गावात मुळातच घरटी किमान एक-एक तरी कवी होता. त्यामध्ये आणखी पस्तीस कवींची भर पडली.

तात्पर्य : व्यवसाय क्रमांक ७– बंद.

८. पुणे-मुंबई पत्रे

''पुण्यातली पत्रं मुंबईला आणि मुंबईतली पत्रं पुण्याला पोहोचवू. पत्र आमच्या घरी आणून द्या.''

पहिल्याच दिवशी एक पत्र आलं. ते पत्र एका मोठ्या कुरिअर कंपनीचं होतं.

त्यानं लिहिलं होतं– 'फक्त दोन गावांत कुरिअरचा धंदा होऊ शकत नाही. तुमच्याकडे स्वत:ची सायकल असेल, तर पुण्याला या. सदाशिव पेठेत आमचं कार्यालय आहे. कुरिअरचं टपाल वाटण्यासाठी आम्हाला एका माणसाची गरज आहे. स्वत:च्या खर्चानं सायकलसहित येऊन भेटा.' खलास! 'उत्पद्यन्ते विलीयन्ते' झालं.

९. कविता कशा कराव्यात?

पुष्कळ लोकांना वाटतं, आपण कविता कराव्यात, परंतु जमत नाही. तुम्ही आमच्याकडे या. कवितेचा विषय आणि आशय सांगा. सकाळी ऑर्डर नोंदवा. संध्याकाळी कविता तयार. सेम डे डिलिव्हरी. काही तरुण आले. त्यांना कविता करून दिल्या. कविता घेऊन जाताना एक तरुण म्हणाला, "मी ही कविता मासिकाकडे पाठवतो. कविता प्रसिद्ध होऊन (झाल्यास) चुकून मानधन आलेच, तर त्यातले निम्मे पैसे तुम्हाला नक्की आणून देईन." तो गेला. एक ती आली, "मन्मनीच्या राजसा, अशी कविता पाहिजे. काय खर्च येईल?"

"५० रुपये." मी म्हणालो.

"नंतर कळवते. सप्रेम भेट म्हणून तुम्ही पैसे न घेता कविता करून दिलीत, तर मी किनई गालांना खळी पडणारं मोहक हास्य करून, 'थँक्यू व्हेरी मच' म्हणेन." आठवड्यात 'कविता मॅन्युफॅक्चरिंग व्यवसाय बंद.

१०. कवितांचे सुटे पार्ट्स

"आमचेकडे कविता करण्यासाठी लागणारे सुटे पार्ट्स मिळतील. ते असे : यमके, श्लेष, अनुप्रास, शृंगार, करुण, हास्य, वीर वगैरे रस योग्य भावात मिळतील. यमके शेकडो आहोत. प्रत्येक रसाची निवडक वाक्ये भरपूर आहेत. अनुप्रास शेकडो आहेत." जाहिरात खूप केली. पण नो गिऱ्हाईक. हल्ली गद्य मजकूरच कमी-जास्त शब्द एकाखाली एक लिहून त्यालाच कविता म्हणतात, त्यामुळे आठवडाभर गिऱ्हाइकांची वाट बघून व्यवसाय नंबर दहा बंद केला.

११. स्वयंपाकघरातले कानमंत्र

महिलांना मार्गदर्शन. कुरड्या करायचं पीठ योग्य प्रकारे शिजलं का? टी.व्ही. बघता-बघता गॅसवर ठेवलेल्या लोण्याचं तूप झालं का? भात नक्की शिजला का? साखरेचा पाक तयार झाला का? इत्यादी १०१ कानमंत्र आम्ही सांगतो. तीन रुपयांना एक याप्रमाणे दहा-दहा कानमंत्रांची जुडी विक्रीस तयार. मी विक्रीस तयार, परंतु गिऱ्हाईक खरेदीस तयार होईना. चौकशी केल्यावर कळलं की,

बहुतेक गृहिणींना हे सगळं परंपरापद्धतीनं माहीतच असतं. याचं सार– अकरावा व्यवसाय 'जातामात्रा विनश्यति' म्हणजे जन्मत:च नष्ट होणं. मी बारावा व्यवसाय शोध लागलो.

१२. डॉक्टरांसाठी अक्षरसुधार वर्ग

डॉक्टरमंडळींचं हस्ताक्षर सुंदर, वळणदार, मोत्यांसारखं व्हावं म्हणून मी तसला वर्ग सुरू केला आणि काही डॉक्टरांना भेटलोही. सर्वांनी ठराविक उत्तर दिलं, ''आम्ही फक्त केमिस्ट लोकांसाठी लिहितो. जगातल्या सगळ्या केमिस्टांना जगातल्या सगळ्या डॉक्टरांनी काय लिहिलं, हे अगदी सहज वाचता येतं.'' संपलं. वर्गाला अमर्याद काळ, अनंत काळ सुट्टी.

१३. कवितांचा रतीब

लोकांना काव्याची गोडी लागावी म्हणून मी, आम्ही राहत असलेल्या विभागातील २५ निवासस्थानं निवडली. दररोज सकाळी वर्तमानपत्रवाला वर्तमानपत्र घरात टाकतो, फुलपुडीवाला फुलांची पुडी टाकतो, दूधवाला दुधाचा रतीब घालतो; त्या धर्तीवर मी दररोज या पंचवीस निवासस्थानांच्या दाराच्या फटीतून एक-एक कवितेचा रतीब घालायला सुरुवात केली. हा रतीब मी पहाटे चार वाजता घालत असे, त्यामुळे दररोज कोण कविताचा रतीब घालतो, हे कुणालाच कळत नव्हतं.

महिना संपला. दुधाची वगैरे बिलं असतात त्याप्रमाणे मी दर कवितेस पाच रुपये या हिशेबानं प्रत्येकाचं १५० रुपयांचं बिल केलं. बिलाच्या पैशांच्या वसुलीसाठी मी प्रत्येक 'गिऱ्हाईका'कडे गेलो, तेव्हा सर्वांना कळालं की, मी कवितांचा रतीब घालत होतो. हा नवीन रतीब आणि बिल पाहून सर्व थक्क झाले. प्रत्येक जणानं बिलाचे पैसे देण्याचं नाकारलं. मी त्यांना म्हणालो, ''दुधाचं बिल चुकतं करता आणि काव्यामृताचं बिल चुकतं करत नाही; काय हे?''

'सर्व काव्य-गिऱ्हाइकांनी काव्य-रतीबाचे पैसे देण्याचं नाकारलं. पंचवीस घरांत प्रत्येकी ३० कवितांचा रतीब घातला होता. ७५० कविता एका महिन्यात केल्या होत्या. एकूण फलश्रुती : ७५० कागद वाया गेले. त्या कागदांच्या किमतीसह. लगेच १३ नंबरचा व्यवसाय बंद केला.

१४. घरोघरी दिवाळी अंक

हल्ली दिवाळी अंकांच्या किमती भरमसाट वाढलेल्या आहेत, म्हणून आधीपासूनच रूढ असलेला 'घरोघरी दिवाळी अंक' हा व्यवसाय सुरू केला. उत्तम, चांगले, बरे, वाईट, भिकार असे ५ प्रकारचे शंभर अंक खरेदी करून,

शंभर बिऱ्हाडांतून मी त्यांचं वितरण करत होतो. खूप पैसे गुंतवले होते. आठ दिवसांनी, अंक बदलावा, या नियमाची सर्वांनी ऐशी की तैशी करून टाकली. उत्तम आणि चांगले अंक माझ्या ग्राहकांच्या नातेवाइकांनी आणि मित्रांनी लंपास केले. लंपास झाल्यावर हरवणं. अंक हरवले, पण पैसे कोणीच देईनात. भिकार अंकवाल्यांनी तर पैसे देण्याचेच नाकारलं. महिन्यानंतर असं आढळून आलं की, ८० अंक गायब, गहाळ, गडप, गुप्त, रद्दीवाल्याकडे वगैरे वगैरे झालं. १४ व्या व्यवसायात सपाटून तोटा झाला.

१५. हस्ताक्षर सुधारणा वर्ग

एका महिन्यात छापील अक्षरांसारखं हस्ताक्षर न झाल्यास संपूर्ण फी परत. फी १०० रुपये. बरेच जण आले. सवलत म्हणून प्रारंभी १० रुपये आणि उरलेले ९० रुपये ३० तारखेच्या आत भरावेत, अशी भरघोस सवलत ठेवली होती. एकंदर २५ व्यक्ती आल्या. महिनाभर शिकवलं. शेवटच्या दिवशी सर्वांना मजकूर लिहायला सांगितलं. २५च्या २५ जणांनी डॉक्टरांच्या हस्ताक्षरांपेक्षाही दुर्वाच्य असं हस्ताक्षर सादर केलं. सर्व जण मला म्हणाले, "एका महिन्यात हस्ताक्षर न सुधारल्यास संपूर्ण फी परत, अशी तुम्हीच घोषणा केली आहे. आता द्या प्रत्येकाला १००-१०० रुपये." मी म्हणालो, "पण तुम्ही फक्त दहाच रुपये दिले आहेत."

"तुमचं वचन काय? हस्ताक्षर न सुधारल्यास संपूर्ण फी १०० रुपये परत, असं तुम्हीच म्हटलं आहे. काढा १०० रुपये. पैसे देताना तुमचा गोंधळ होऊ नये म्हणून आम्ही पंचवीस जण समंजसपणे रांगेत उभे राहतो."

व्यवसाय क्रमांक १५ नं मला अडीच हजार रूपयांचा फटका दिला. झक् मारत १००-१०० रुपये परत केले. रांगेत उभे राहणारे ते 'समंजस' आणि मी मात्र मूर्ख!

१६. शुद्ध बोलायला शिका

हल्ली अशुद्ध बोलणाऱ्याचं प्रमाण वाढत चाललं आहे, म्हणून माझा सोळावा व्यवसाय शुद्ध बोलायला शिकवणं, हा सुरू केला. काही नमुने सादर करत आहे. निरनिराळ्या प्रकारे अशुद्ध बोलणाऱ्या विद्यार्थ्यांना शुद्ध कसं बोलावं, हे शिकवत होतो.

पानी, लोनी, बान, जेवन, कनीस असं म्हणू नये; तर पाणी, लोणी, बाण, जेवण, कणीस असं म्हणावं. णाणासाहेब, पाण, णारायन, णलिनी णारायन णेणे असं न म्हणता नानासाहेब, पान, नारायण, नलिनी नारायण असं म्हणावं. व्हय न

म्हणता होय म्हणावं. न्हाय न म्हणता नाही म्हणावं. लै न म्हणता पुष्कळ म्हणावं. असं खूप तयार करून ठेवलं होतं. गावाकडून एक श्रीमंत शेतकरी आला आणि म्हणाला, "ह्यो माजं पोरगं लै वंगाळ बोलतंय. वर्गात नगं, तुमच्या घरातच ठेवा. म्हजे भराभरा सुद्द बोलायला शिकंल. पोरगं फर्डा सुद्द बोलायला शिकलं की नगद दहा हजार रुपये दीन. पन पोरगं शंबर नंबरी सुद्द म्हराटी बोललं पाहिजे."

चांगलं गिऱ्हाईक मिळालं म्हणून वर्ग बंद केला आणि या पोराच्या सहवासात शुद्ध बोलायला लागलो. पोराची प्रगती पाहायला पिताश्री आले. मी समोरच होतो. पोराच्या शुद्ध भाषेची चौकशी केल्यावर मी म्हणालो, "तुमचं पोरगं न्हवं, बेनं मायंदाळ शाना हाय. असं जंक्शन म्हराटी बोलतंय की, येमे पीयेच्डी झक मारतील! 'न'चा उच्चार 'ण' इतका झकास करतो की इचारू नका! 'णाणासाहेब णेणे णागपुराहून णासिकला गेले तिथूण णाणिवड्याला गेले!' अरेच्चा! भाकर तुकडा खायची येळ झाली. पाणं वाढली हायेत. भोजणाला सुर्वात करा."

माझं मराठी ऐकून पोराला घेऊन पिताश्री गेले. पोरगं एवढं इब्लिस निघालं की, मीच माझी शुद्ध भाषा विसरून गावढंळ पद्धतीनं बोलू लागलो. ते पोरगंच माझा गुरू झालं होतं. इति सोळावा व्यवसाय.

१७. बारीक-सारीकचे वर्ग

"सुईत दोरा कसा ओवावा, बोटात सुई न खुपसता बटणं कशी लावावीत, हॅंगरला कपडे कसे लावावेत, कोणत्या खिशात काय ठेवावं, कागद सरळ एका रेषेत कसा कापावा किंवा कातरावा... बटाटे, दुधी भोपळा, पपई वगैरेची साल कशी काढावी... गवार, घेवडा, फरसबी यांच्या शिरा कशा काढाव्यात, गॅसवरच्या लोण्याचं तूप तयार झालं की नाही हे टी.व्ही. बघता-बघता बसल्या जागेवरून कसं ओळखावं... भात बुडाशी किती करपला, हे लांबूनच कसं ओळखावं, अशा अनेक गोष्टी गृहिणींना शिकवल्या जातील." जाहिरातीला एका गृहिणीचं उत्तर आलं, "अहो असले वर्गसंचालक, या सर्व गोष्टी स्त्रियांना पिढ्यान्‌पिढ्या घरातूनच आपोआप कळतात. आज संध्याकाळी वर्गाला कुलूप लावून घरी गेल्यावर उद्यापासून ते नाही उघडलं तरी चालेल. कुलूप गंजायला लागल्यावर त्यात थोडंसं तेल सोडा." १७ वा व्यवसाय सुरू व्हायच्या आतच बंद झाला. जणू काही लग्न व्हायच्या आधीच घटस्फोट घ्यावा, तसं.

१८. निमंत्रणपत्रिका वितरण

लग्नाच्या निमंत्रणपत्रिका, समारंभाच्या निमंत्रणपत्रिका, जेवणाच्या निमंत्रणपत्रिका

घरपोच करण्याचा अभिनव व्यवसाय मी सुरू केला. मीच हा व्यवसाय सुरू केल्यामुळे दुसरा कुणी स्पर्धा करणारा नव्हता. एक निमंत्रणपत्रिका घरपोच करायला एक रुपया हा दर ठरवून टाकला. कमीत कमी पंचवीस तरी निमंत्रणपत्रिका असल्या पाहिजेत. लोकांना माझा हा नवीन व्यवसाय आवडला. पहिली ऑर्डरच सॉलिड शंभर निमंत्रणांची होती. सायकलनं दमछाक फार होईल म्हणून मी स्कूटर वापरू लागलो. व्यवसाय प्रत्यक्ष सुरू केल्यावर हळूहळू हिसका कळू लागला.

शंभर निमंत्रणपत्रिका– सर्व पत्रिका मुंबई महानगरातच वाटायच्या होत्या. एक निमंत्रणपत्रिका गिरगावात, तर दुसरी थेट दहिसर आणि तिसरी मुलुंड. (दोन्ही मुंबईच्या सीमा) एक चेंबूरची, तर दुसरी माझगावची. एक परळची, तर दुसरी शिवडीची. शंभर पत्रिकांचे शंभर रुपये मिळाले, परंतु पेट्रोल ५०० रुपयांचं लागलं. दमछाक किती हजार रुपयांची झाली; पत्ता नाही. पहिलंच गिऱ्हाईक शेवटचं होतं. आतबट्ट्यातला अठरा नंबरचा व्यवसाय ताबडतोब बंद केला.

१९. पाळणाघर

हा व्यवसाय मुंबई आणि आजूबाजूच्या महानगरात तेजीत आहे म्हणून, मी हा व्यवसाय सुरू केला. 'आई' हे पाळणाघराचं नाव ठेवलं. चांगला प्रतिसाद मिळू लागला. मुलांना सांभाळायला एक बाई ठेवली, परंतु हे प्रकरण कटकटीचं वाटू लागलं. सगळे शिशू! भोकाड पसरून रडणं, शी करणं आणि शू करणं, एवढाच तीन कलमी कार्यक्रम ती लेकरं करत होती. शी आणि शू यावरूनच लहान बाळांना 'शिशू' असं म्हणत असावेत. या निमित्तानं मला 'शिशू' शब्दाची उत्पत्ती कळाली आणि आपत्तीही! हा व्यवसाय आपल्याला परवडणार नाही, हे लक्षात आल्यावर मी हा व्यवसायही लगेच बंद करून विसावा व्यवसाय काय करावा याचा विचार करू लागलो.

२०. बटाटावड्याची बटाटा भाजी

चार चाकी हातगाडीवर बटाटेवडे तयार करून गरम वडे विकणारे दहा लोक गाठले. मी त्यांना माझी योजना सांगितली. बटाटेवड्यामध्ये बटाट्याची भाजी घातली जाते. ती भाजी तयार करून वड्याच्या मापाचे चपटे गोल तयार करायचे आणि ते डझनाच्या भावानं विकायचे. त्या दहा जणांना ही कल्पना आवडली. माझ्याकडून चपटे गोल विकत घ्यायचे आणि डाळीच्या पिठात बुडवून तळायचे. सुटसुटीत काम. एक-एक गाडीवाला दहा-बारा डझनांची ऑर्डर देत असे. धंदा झकास जमला. सर्वांनी पुढल्या एक तारखेचा वायदा दिला. या महिन्यात मुन्सिपाल्टीवाले

आणि पोलीसवाले यांनी आठ-दहा वेळा मालासकट गाडी उचलून नेली. सगळा फायदा दंड भरण्यातच गेला. "तुम्ही माल पाठवण्याचं बंद करू नका. दोन्ही महिन्यांचे पैसे एकदमच देतो." या वाक्याची पुनरावृत्ती पुढील महिन्यात झाली. फरक एवढाच, "तीन महिन्यांचे पैसे एकदम देतो." धंदा खड्ड्यात गेला. सात-आठ हजार रुपये अक्कलखाती खर्च टाकून धंदा बंद केला.

२१. छत्रीवर नाव घालणं

बिनभांडवली व्यवसाय. पांढऱ्या ऑइलपेंटची लहान डबी, ब्रश आणि टर्पेंटाईनची छोटी बाटली. एकूण खरेदी २१ रुपयांची. २१ रुपयांत एकविसावा व्यवसाय सुरू केला. बाजारपेठेत पावसापासून रक्षण होईल, अशा जागी बसलो. आजूबाजूच्या दुकानांतून लोक छत्र्या घेऊन बाहेर पडले की मी, "छत्रीवर नाव?" असं म्हणत असे. फक्त एक रुपया. खंडोजी बंडोजी मानकापे, दाजीबा भिकोबा फातरफोड, गल्बूराव रंगोजी बाभळकुंटे असली नावं मी घालत होतो. पहिला आठवडा बरा गेला. लगेच एक प्रतिस्पर्धी १२ आण्यांत नाव घालणारा. त्याचा पुढचा आठवडा बरा गेला. आणखी एक जण आला. 'रंगीत नाव फक्त आठ आण्यांत.' त्यानंतरच्या आठवड्यात आणखी एक कडमडला– "नावाच्या आजूबाजूला रंगीत फुलांच्या वेलबुट्टीसह फक्त ५० पैशांत." पाचवा म्हणाला, "५० पैशांत दोन छत्र्यांवर नावं." आत्ता फुकटच द्यायची वेळ यायच्या आधी एकविसावा धंदा बंद केला.

२२. चाकू-कात्रीला धार

या व्यवसायात स्पर्धा नसणार, म्हणून मी हा व्यवसाय सुरू केला. सायकललाच ते चक्र बसवलं. व्यवसायाचा उच्चार करत रस्त्यावर हिंडत होतो. दुसऱ्याच दिवशी कुणीतरी दाढीवाला स्वतःच्या धारयंत्रासह आला आणि धमकी-कम तंबी देत म्हणाला, "इस गाव और आजूबाजू के गाव ये सब कुछ मेरा एरिया है। किसको पूछकर ये धंदा शुरू किया? फौरन बंद कर. नही तो तेरी जान खतरेमें आयेगी।" खलास. काल सुरू आणि आज बंद!

२३. कांदे-बटाटेवाला

पालेभाज्या, फळभाज्या यापेक्षा कांदे-बटाट्याचा व्यवसाय चांगला. कांदे-बटाटे जास्त दिवस टिकतात, म्हणून मी हाही एक व्यवसाय करण्याचं ठरवलं. चारचाकी हातगाडी विकत घेतली. धंदा सुरू केला. ज्यांची या धंद्यात मोनॉपाली

होती, त्यांना ही बातमी कळाली. त्यांच्या एका प्रतिनिधीनं मला फैलावर घेतलं. हा व्यवसाय निरक्षर लोक आणि दहावी नापास (ऑक्टोबरच्या दुसऱ्या फेरीतही) अशा मंडळींचा हा व्यवसाय होता. त्या प्रतिनिधीनं मला विचारलं, ''तुम्ही पूर्ण निरक्षर आहात काय?''

''नाही.'' मी सांगितलं.

''दहावीच्या परिक्षेत गणित, विज्ञान आणि इंग्लिश या विषयात नापास झालात काय?''

''नाही.'' मी म्हणालो.

''ऑक्टोबरला पुन्हा याच तीन विषयांत नापास झालात काय?''

''नाही.'' मी दीनवाण्या स्वरात सांगितलं.

''मग, धंदा बंद करा. डायरेक्ट निरक्षर किंवा दहावीत नापास यांच्यासाठी हा व्यवसाय राखून ठेवण्यात आला आहे. तुमची चारचाकी गाडी आम्हाला निम्म्या किमतीत विकून टाका.''

मी तसं केलं.

२४. संस्कार वर्ग

हल्ली मुलांवरचे भारतीय संस्कार फारच कमी-कमी होत आले आहेत, म्हणून मी संस्कारवर्ग सुरू केले. संस्कृत श्लोक, रामरक्षा, गीतेचा पंधरावा अध्याय, पसायदान, तुकारामांचे अभंग, मनाचे श्लोक, सूर्यनमस्कार, शुभंकरोती, आरत्या, सायंप्रार्थना, कराग्रे वसते, गंगेच यमुने चैव, वदनि कवळ घेता, शिष्टाचार, चाली-रीती वगैरे. वीस एक मुलं आली. फी माफक ठेवली होती. दोन महिन्यांनंतर प्रगती झाली, ती अशी होती.

क्रिकेट खेळणाऱ्या जगातल्या सर्व खेळाडूंची नावं, त्यांचे देश, कुणी-कुणी किती-किती शतकं काढली, कुणाची भानगड कुणाबरोबर आहे, कोणत्या नटीचे माजी नवरे कोण, सध्याचा नवरा कोण, भविष्यकालीन आजी-कम-(लगेच) माजी नवरा कोण, अमक्याच्या आधीचं नाव काय, तमकीची सध्या कुणाशी भानगड आहे, नवीनच लग्न झालेल्या नटीला सध्या कितवा महिना आहे, डोहाळजेवणं किती झाली वगैरे वगैरे अप्रतिम ज्ञान त्या संस्कारांपेक्षा मुलांकडून मलाच झालं. लग्न होऊन तीनच महिने झाले असता त्या नटीला इतक्यातच सहावा महिना कसा लागला, याचंही अप्रतिम ज्ञान मला संस्कारेच्छू मुलांकडून झालं. परिणाम : हा २४ वा व्यवसायही बंद आहे.

२५. रौप्यमहोत्सवी व्यवसाय

मी २४ व्यवसाय करून खूप अक्कल शिकलो. प्रत्येक व्यवसायात एक-एक अक्कल या हिशेबानं मी दोन डझन अकलांचा स्वामी आहे. पंचविसावा व्यवसाय म्हणजे ब्रह्मानंदी टाळी. माझी बायको नोकरी करते. पाचव्या वेतन आयोगामुळे तिला पाच आकड्यांत पगार मिळतो. बायको म्हणाली, ''२४ व्यवसाय करून दमला असाल, आता झोपा रात्रंदिवस!'' २५ वा व्यवसाय– झोपा काढणं. हा व्यवसाय छान जमला. बायकोनं मला आश्वासन दिलं, ''योगक्षेमं वहाम्यहम! आय ॲम नो? निवांत झोपा. फक्त जेवायला उठत चला.''

■ ■ ■

चार

कोर्टाच्या पायऱ्या

कोर्ट हा प्रकार जगभर प्रसिद्ध आहे. कोर्टात गेलं की न्याय मिळतो, हे विधानही प्रसिद्ध आहे. कोर्टात न्याय मिळायला उशीर लागतो, हे सत्य वचनसुद्धा प्रसिद्ध आहे. त्याचप्रमाणे वाकडी चाल असलेली वाक्यंसुद्धा प्रसिद्ध आहेत. शहाण्यानं कोर्टाची पायरी चढू नये. या कोर्टात मी दोषी ठरलो, तरीही 'वरच्या' कोर्टात मी निर्दोषीच आहे– लो. टिळक (नंतर अंतुले आणि चाल बदलून अण्णा हजारे). त्याचप्रमाणे कोर्टाची पायरी चढण्यापूर्वी विचारप्रवृत्त करणारीही काही वाक्यं आहेत. त्यातली काही वाक्यं– 'शहाण्यानं कोर्टाची पायरी चढू नये', कारण त्याआधी त्याला वकिलाच्या घराची पायरी चढावी लागते. दुसरं वैफल्यपूर्ण वाक्य– ''कोर्टात न्याय मिळत नसून, तिथं जे काही मिळतं; त्याला न्याय म्हणतात.''

काही-काही लोकांना कोर्टबाजी करण्याचा छंदच असतो. छंदच म्हटल्यावर कुणाला आणि नेमका कसला छंद असतो, हे सांगता येणं कठीण आहे. याची तीन उत्तम उदाहरणे आहेत. एक म्हणजे भटजी. भटजीला नेहमी दुसऱ्यांची लग्नं लावण्याचा छंद असतो. दुसरा कॅशियर. कॅशियरला नेहमी दुसऱ्याचे पैसे मोजण्याचा छंद असतो; तर तिसरे उदाहरण नर्सचे. नर्सला दुसऱ्यांची बाळंतपणे करण्याचा छंद असतो. याच चालीवर खूप लोकांना कोर्टबाजीचा छंद असतो... अशा माणसांना 'कोर्टबाज' म्हणतात. दारूबाज, ...बाज, या चालीवर. कोर्टात चार-दोन खटले नेहमी चालू असले, तरच त्यांना समाधान वाटतं. 'इथं रिकामटेकडा काथ्याकूट नको- आपली दोघांची भेट कोर्टातच होईल', असं वारंवार म्हणण्याइतका कोर्टाचा लळा काही लोकांना लागलेला असतो. सध्या कोर्टात एकही खटला चालू नाही, असं चुकून कधी झालं; तर या मंडळींना अन्नसुद्धा गोड लागत नाही! सवयीचा परिणाम; दुसरं काय? अशी कोर्टनिष्ठ माणसं आहेत म्हणून जगभरातली कोर्टं झकास चालली आहेत. वकीलमंडळी सुखानं राहू शकतात.

कोर्ट जगभर आहेत. निरनिराळ्या देशांत निरनिराळे कायदे असतात. त्या कायद्यांप्रमाणे तिथली कोर्टं चालतात. कोणत्या देशात कसले-कसले विलक्षण कायदे असतात, हे पाहणं उद्‌बोधक ठरेल. अशाच एका मोठ्या भूतपूर्व साम्यवादी देशातील कोर्टात एक खटला सुरू होता. आपण त्या कोर्टाचं नाव 'अजब न्यायालय' असं ठेवू या. चला, त्या अजब न्यायालयात बसून खटल्याचं कामकाज पाहू या, म्हणजे तिथल्या कायद्याची थोडीफार ओळख तरी होईल.

१

अजब न्यायालय

(कोर्टाच्या इमारतीवर आणि न्यायाधीशांच्या न्यायासनामागच्या भिंतीवर 'अजब न्यायालय' अशा पाट्या आहेत. कोर्टाचं कामकाज सुरू आहे. पिंजऱ्यात उभा असलेल्या आरोपीस स्वतः न्यायाधीश प्रश्न विचारत आहेत.)

न्यायाधीश : तुझ्या बायकोचा घटस्फोट मंजूर झाला आहे. तुझ्या मिळकतीचा एक-तृतीयांश भाग पोटगी म्हणून तू तिला प्रत्येक महिन्याला दिला पाहिजेस. तुझ्यावर हे कायदेशीर बंधन आहे.

आरोपी : या बायकोला घटस्फोटानंतर मी माझी एक-तृतीयांश मासिक प्राप्ती दिली, तर माझं कसं होणार?

न्यायाधीश : कोर्टाला त्याच्याशी काहीही कर्तव्य नाही. 'अजब पीनल कोडं'चं तीनशे एकाहत्तर नंबरचं कलमच तसं आहे. बायकोनं जर घटस्फोटासाठी अर्ज केला, तर तो मंजूरच होतो; मग बायकोचं बरोबर असो किंवा चूक असो. नवऱ्यानं घटस्फोटित पूर्वपत्नीला दरमहा एक-तृतीयांश मिळकत दिलीच पाहिजे.

आरोपी : मिलॉर्ड, मी जर माझ्या मिळकतीतले एक-तृतीयांश पैसे दरमहा तिला देत राहिलो, तर मग मला काय राहणार?

न्यायाधीश : असं कसं म्हणतोस? संपूर्ण मिळकतीतले दोन-तृतीयांश पैसे उरतातच की! तेवढ्या पैशांत तू एकटा मजेत राहशील. तेवढे पैसे तुला एकट्याला पुरेसे आहेत.

आरोपी : मिलॉर्ड, तसं नाही. त्यातसुद्धा त्रांगडं आहे.

न्यायाधीश : त्रांगडं कसलं आलं आहे? तू... तुझी बायको... घटस्फोट... एक-तृतीयांश पोटगी– अगदी सरळ, सोपा कायदेशीर व्यवहार आहे. उगीच त्रांगडं वगैरे सांगत बसू नकोस.

आरोपी : खरंच त्रांगडं आहे. मी हिला एक-तृतीयांश पोटगी कोणत्याही

परिस्थितीत देऊच शकत नाही.

न्यायाधीश : कमाल करतोस! कसलं त्रांगडं आहे?

आरोपी : या बायकोच्या आधीच्या बायकोनंही माझ्यापासून घटस्फोट घेतला आहे. 'अजब पीनल कोड'च्या तीनशे एकाहत्तराव्या कलमान्वये मला आधीच्या त्या घटस्फोटित बायकोला एक-तृतीयांश मिळकतीइतके पैसे दरमहा द्यावे लागतात, म्हणून प्रसंग कठीण आहे.

न्यायाधीश : कमाल आहे! हे बघ, कायदा म्हणजे कायदा! लॉ इज लॉ इव्हन फॉर सन-इन-लॉ! या सर्व गोष्टींचा विचार तू अगोदर करायला पाहिजे होतास. एक सोडून दोन लग्नं करता येतात, पण तसं करण्यापूर्वी दोन-दोनदा विचार करता येत नाही? दुसरी एखादी बाई बरी दिसली की, तिच्यावर भाळायचं आणि तिनं भुरळ घातली की पहिल्या बायकोपासून घटस्फोट घ्यायचा. तुमच्यासारख्या पुरुषांना असली खोडच असते. हे बघ, कायद्याप्रमाणे प्रत्येक घटस्फोटित पूर्वपत्नीला प्रत्येकी एक-तृतीयांश, एक-तृतीयांश एवढे पैसे देऊनही तुझ्याकडे एक-तृतीयांश पैसे शिल्लक राहतीलच. तेवढ्यावरच तुझा खर्च भागव.

आरोपी : न्यायाधीश महाराज, तीही अडचण आहे. मी मघापासून सांगतोय, त्रांगडं आहे, त्रांगडं आहे; पण त्रांगडं आहे, ते तुम्हाला खरंच वाटत नाही. मी तरी त्याला काय करणार? नुसतं एक-तृतीयांश द्या, असं म्हणून हा प्रश्न सुटत नाही. म्हणून मी म्हणतो की आत्ताच घटस्फोट घेतलेल्या पत्नीला मी खरोखरच पोटगी देऊ शकत नाही. कायद्यात काही सोय, तरतूद, एखादी फट असेल तर त्याआधारे पोटगी देणं मला माफ करा.

न्यायाधीश : कायद्यात असल्या भलत्या-सलत्या फटी वगैरे काही नसतात. तू स्वत:पुरतं बघतोस. तू जर बायकोला पोटगी दिली नाहीस, तर त्या बिचारीनं खायचं काय आणि जगायचं कसं? तिनं उपाशी राहायचं आणि तिला द्यायच्या पोटगीत तू मजेत राहायचं. असलं काहीही चालणार नाही. मी निकालपत्रात म्हटल्याप्रमाणे पोटगी दिलीच पाहिजेस. पोटगी न देणं, हा दखलपात्र गुन्हा आहे, हेही तुला माहीत असेलच

आरोपी : मिलॉर्ड, माहीत आहे, परंतु मी चमत्कारिक त्रांगड्यात अडकल्यामुळे

काहीच करू शकत नाही. कायद्याचं पालन करायची इच्छा असूनही मी अक्षरश: हतबल आहे.

न्यायाधीश : काहीतरी खोटं कारण, खोटी परिस्थिती सांगून तू कोर्टाची दिशाभूल करत आहेस; परंतु कोर्ट फसणार नाही, कारण कोर्टाला दररोज नाही-नाही ते खोटं ऐकून त्याची शहानिशा करावी लागते. त्यातून मंथन करून सत्य बाहेर काढावं लागतं. तुझ्यासारखे बेरकी आरोपी कोर्टात नेहमी येत असतात.

आरोपी : धर्मग्रंथ म्हणून टेलिफोन डिरेक्टरीवर हात ठेवून खरं बोलण्याची शपथ मी घेतली आहे. त्यामुळे जे काही सांगायचं आहे, ते सत्यच सांगायचं आणि सत्याशिवाय दुसरं काहीही सांगायचं नाही, या प्रतिज्ञेला मी बांधलेला आहे.

न्यायाधीश : कोर्टाच्या कामकाजाची पद्धत मला शिकवू नकोस. माझी सगळी हयात कोर्टातच गेली आहे. शपथेवर वाटेल तसलं खोटं-खोटं बोलणारे महाभाग इथं नेहमी येतात आणि अभ्यासपूर्ण खोटं अस्खलितपणे बोलत असतात. तुझं कसलं त्रांगडं आहे, ते सांग.

आरोपी : तिच्याही आधी मी ज्या बायकोपासून घटस्फोट घेतला होता, तिलाही एक-तृतीयांश पोटगी द्यावी लागते. ती तर पहिली पोटगी होती. तिघींना प्रत्येकी एक-तृतीयांश याप्रमाणे माझी सगळी मिळकतच संपून जात असते. आता हिला पोटगी कुठून देणार? चोऱ्या करून, की दरोडे घालून?

न्यायाधीश : मी या कोर्टाचा न्यायाधीश असलो तरी, मी तुला 'गुरुमहाराज ग्रेट आहात', असं म्हणून अभिवादन करतो. 'कोर्टा'नं असं करायचं नसतं, पण मला उत्स्फूर्तपणे तसं वाटलं.

आरोपी : न्यायाधीश महाराज, आपण मला गुरुमहाराज, ग्रेट वगैरे म्हणून अभिवादन केलंत. मी खरोखरच त्या योग्यतेचा नाही, त्यामुळे मला संकोचल्यासारखं वाटतं. मी एक सर्वसामान्य– ज्याला गरीब-बिचारा आणि साधा-भोळा असं म्हणतात– असा माणूस आहे. गुरू, ग्रेट वगैरे कुणीही नाही.

न्यायाधीश : मी बोललो ते खरंच असल्याचं नाटक करून तू जो विनयाचा अभिनय केलास, तो बरा होता. तीन-तीन लग्नं करून तीन-तीन पोटग्यांचा भार डोक्यावर कायमचा ठेवण्याचं काही नडलं होतं

का? भरीस भर तू हे चौथं लग्न करून खोल खड्ड्यात पडला आहेस. कशाच्या आधारावर तू हे चौथे लग्न केलंस? चौथी बायकोसुद्धा एखादे दिवशी घटस्फोट घेईल याची तुला पुसटशीही कल्पना नसेल, असं वाटत नाही. तू तसा बेरकी आहेस!

आरोपी : मिलॉर्ड, तुम्ही आता विचारलंत की, मी चौथं लग्न कशाच्या आधारावर केलं? न्यायाधीश महाराज, मी चौथं लग्न चौथ्या बायकोच्याच आधारावर केलं. ही चौथी बायको आहे ना, तिला मी नीट हिशेब करूनच निवडली होती.

न्यायाधीश : बायको निवडताना हिशेब कसला केलास? चौथ्या बायकोत तुला विशेष काही आढळलं?

आरोपी : विशेष आढळलं म्हणून तर मी तिच्याशी लग्न केलं. तिच्या जीवावरच सगळं चाललं होतं आणि आता ती स्वत:च चालली! त्यामुळे माझी तर पंचाईत होणारच आहे; याशिवाय आधीच्या तीन घटस्फोटित बायकांचीही पंचाईत होणार आहे, म्हणून तर चौथीनं घटस्फोट घेऊ नये, घटस्फोटाचा अर्ज मागं घ्यावा, अशी माझी चौथीला विनंती आहे.

न्यायाधीश : या चौथीलाच काय सोनं लागून गेलं आहे, ते तरी सांग. महत्त्वाची गोष्ट तू अजून सांगतच नाहीस. सांग लवकर...

आरोपी : माझी ही चौथी बायको आहे ना, तिला तिच्या आधीच्या तीन माजी नवऱ्यांकडून प्रत्येकी एक-तृतीयांश या हिशेबानं दरमहा पोटगी मिळत असते. त्या तीन 'पोटग्यां'सह मी तिच्याशी लग्न केलं होतं.

न्यायाधीश : तुझ्या आधीच्या तीन बायका आणि आधीच्या तीन नवऱ्यांची ही चौथी बायको यांचा परस्परसंबंध काय?

आरोपी : सांगतो. चौथीला तीन पोटग्या मिळतात. त्यातील एक, एक-तृतीयांश पोटगी मी माझ्या पहिल्या घटस्फोटितेला दरमहा देतो. चौथीची आणखी एक पोटगी मी माझ्या दुसऱ्या घटस्फोटितेला देतो आणि चौथीची तिसरी पोटगी मी माझ्या तिसऱ्या घटस्फोटित बायकोला देतो. अशा प्रकारे माझ्या चौथ्या बायकोमुळे आधीच्या तीन बायकांच्या पोटगीचा प्रश्न सुटला होता. आता चौथीनंही घटस्फोटाचा मार्ग स्वीकारल्यामुळे आधीच्या माजी तीन बायकांसह मी अडचणीत पडलो आहे. हे सगळं चौथीच्या घटस्फोटामुळे!

हिनं घटस्फोट मागं घेण्याचा समंजसपणा दाखवला तर मग सर्वांना कसलाच प्रॉब्लेम रहाणार नाही. सगळं कसं झकास चालेल.

न्यायाधीश : पण ते अगदी अशक्य आहे. कारण चौथ्या बायकोचं घटस्फोटाचं कारणच असं आहे की, ''माझा सध्याचा नवरा मला माझ्या आधीच्या तीन नवऱ्यांकडून मिळणाऱ्या तिन्ही पोटग्या माझ्याशी आधी लग्न करून नंतर घटस्फोट घेणाऱ्या त्याच्या तीन माजी बायकांना देण्यातच संपून जातो. त्यामुळे काहीतरी कामधंदा करून आम्हा दोघांचं पोट भरण्याची जबाबदारी माझ्या एकटीवर येऊन पडली. माझ्या सध्याच्या ह्या नवऱ्याला लग्नं करण्याशिवाय दुसरं काहीच करणं जमत नाही, म्हणून हा सर्व त्रास नाहीसा व्हावा म्हणून मी घटस्फोटासाठी अर्ज करत आहे.'' बोल आता, तुझी सध्याची बायको तुझ्याबद्दल असं बोलते, तर मग चौथी बायको घटस्फोट घेणार नाही तर दुसरा पर्याय काय?

आरोपी : मिलॉर्ड, मी तीन पोटग्यांचा विचार करत होतो. त्यातूनच मला चौथी बायको करण्याची आयडिया सुचली, म्हणून तर मी चौथीशी केलं. चांगलं सुरळीत चाललं होतं. मला तर कसलाच त्रास नव्हता. चौथीच्या तीन पोटग्या घ्यायच्या आणि आधीच्या तीन बायकांना वाटायच्या, एवढंच माझं काम होतं.

न्यायाधीश : भलताच तल्लख बुद्धीचा दिसतोस. आपली बुद्धिमत्ता राजकारणासाठी योग्य आहे. तिथं असलेच लोक लागतात. तिथं विद्वान, व्यासंगी, तत्त्वचिंतक वगैरे प्रकारची माणसं अनफिट असतात. ते क्षेत्र असं आहे की, तिथं तू गेलास तर हिऱ्याप्रमाणे चमचम चमकशील. तिथं गेल्या-गेल्याच तू मंत्रीसुद्धा होशील. जरा हात-पाय हलव. असं घटस्फोट आणि पोटग्यांची उलथापालथ करत किती दिवस रहाणार?

आरोपी : मिलॉर्ड, तुम्ही चौथ्या बायकोचा घटस्फोट मंजूर केलात, तर चार जीवांचे हाल होणार आहेत. मी लग्नांची उलाढाल केली तरी एक गोष्ट कटाक्षानं टाळली आहे. मी एकही मूल न होण्याची दक्षता सुरुवातीपासूनच घेतली होती. घटस्फोटाच्या वेळी मुलांचं काय करायचं, हा प्राब्लेम होऊन बसतो. हे न्यायाधीश महाराज, आपणास माहीतच आहे. त्यामुळे मी पहिल्यापासूनच सावध

राहिलो होतो. एक सोडून चार बायका आहेत म्हटल्यावर माझ्याऐवजी दुसरा एखादा नवरा असता तर त्याला एव्हाना पर-वाईफ गेला बाजार तीन-तीन मुलं झाली असती, तर त्याच्या घरामध्ये एक डझन मुलं झाली असती. चार-चार मुलं झाली असती, तर सोळा मुलं आणि पाच-पाच मुलं झाली असती, तर एकंदर वीस मुलं झाली असती.

न्यायाधीश : पुरे, पुरे, पुरे! संपूर्ण चारचा पाढा म्हटला आहेस, असं समजतो आणि चाळीस मुलं झाली, अशी कल्पना मी करतो. बारा मुलांतच मला सगळं समजलं होतं.

आरोपी : न्यायधीश महाराज, केवळ एका महत्त्वाच्या राष्ट्रीय कार्याला हातभार लावण्याच्या उदात्त हेतूनं मी चार बायका असूनही संयम पाळला.

न्यायाधीश : कसलं राष्ट्रीय कार्य केलंस?

आरोपी : कुटुंबनियोजन! आजमितीला देशाची लोकसंख्या शंभर कोटी आहे. त्यात माझ्या किमान बारा मुलांची भर पडली असती, तर ती संख्या 'शतकोट्युत्तर बारा' अशी झाली असती. पुढच्या कोटीचा शुभारंभ माझ्या बारा मुलांनी केला असता, पण मी संयमयुक्त समंजसपणा दाखवून मी माझा कुटुंबनियोजनाचा खारीचा वाटा उचलला. माझं देशाला हे महत्त्वाचं योगदान आहे. चार-पाच लग्नं करूनही फळाची आशा मनात न धरता निष्काम कर्मयोग केला. देशाला माझं हे फार महत्त्वाचं योगदान आहे. खरं म्हणजे, कुटुंबनियोजनाचा र. धों. कर्वे पुरस्कार मला देऊन माझा गौरव केला पाहिजे, त्याचप्रमाणे 'संयमविभूषण' या पदवीनं मला सन्मानित केलं पाहिजे; परंतु देशाला खऱ्या हिऱ्याची पारखच नाही, हेच खरं आहे.

न्यायाधीश : अरे ए बाबा, कुठे भरकटत चालला आहेस? डझन मुलांना जन्म न देणं, र. धों. कर्वे पुरस्कार, संयमविभूषण वगैरेपैकी काहीही या खटल्यात नाही. भलतेच मुद्दे घुसडून तू माझा बुद्धिभेद करू पाहतोस, पण मीसुद्धा तुझ्यापेक्षाही चतुर आहे.

आरोपी : मिलॉर्ड, खरं आहे. म्हणून तर आपण न्यायमूर्ती झालात आणि मी आरोपी झालो आहे. लहानपणी शिक्षणाची आबाळ झाली, त्यामुळे मला मध्येच शाळा सोडावी लागली. नाही तर आधी

बी. ए. होऊन एलएल. बी. होण्याचा माझा बेत होता. नंतर उत्तम नावलौकिक असलेला वकील व्हायचीही माझी मनीषा होती, नंतर वरच्या कोर्टात न्यायाधीश होण्याचं माझं सुखस्वप्न होतं. न्यायाधीश झाल्यावर एका खटल्यात सरकार आरोपी असणार. सरकारवरचं आरोपपत्रही मी नि:पक्षपातीपणानं विचारात घेणार होतो. शेवटी कठोर निकालपत्र वाचताना, 'या अपराधाबद्दल सरकारला देहांत शिक्षाच दिली पाहिजे', असे रामशास्त्री बाण्याचे तडाखेबंद उद्गार मी भर कोर्टात काढणार आणि लगेच राजीनामा देऊन साताऱ्याचं तिकीट काढणार आणि रामशास्त्री प्रभुणे यांच्या माहुलीला जाऊन राहणार.

न्यायाधीश : अरे, काय हा फाजीलपणा चालवला आहेस? आता चूप बैस. बैस म्हणजे आरोपी या नात्यानं आता उभा आहेस तसाच उभा राहा. मघापासून बघतोय, विषयांतर एकसारखं करतोस.

आरोपी : माफ करा, चुकलो! भावी सुख-स्वप्नांचा चुराडा म्हणतात ना, तसा चुराडा झाला की माणूस वैफल्यग्रस्त होतो. स्वत:शीच 'एक सुंदर सपना बीत गया', 'टूट गया मेरा ख्याब' वगैरे गाणी मनातल्या मनात गुणगुणत राहतो. 'सुनहरी सुबह फिर कभी न आयेगी', असंही वाटून मन विषण्ण होतं. विषण्णपणे स्वत:शीच 'जीना यहाँ मरना यहाँ, इसके सिवा जाना कहाँ', असलं उसासे गीत म्हणत बसावं, असं वाटतं.

न्यायाधीश : थांबतोस का आता? एक शब्द जरी विषयाला सोडून बोललास, तर याद राख. तसं केलंस तर कंटेम्प्ट ऑफ दि कोर्ट, असं समजून तुझ्यावर खटला भरण्यात येईल.

आरोपी : तोबा! तोबा!! तोबा!!! आता मूळ विषयाला सोडून मी एक शब्दसुद्धा बोलणार नाही. पाहिजे तर शपथ घेण्यासाठी गीता म्हणून टेलिफोन डिरेक्टरी दिली होती, तीच डिरेक्टरी आणली जावी. टेलिफोन डिरेक्टरीला भगवद्गीता समजून, विषयाला सोडून न बोलण्याची शपथ घेतो.

न्यायाधीश : बडबड बंद! मी आता निकालपत्र वाचून दाखवतो. 'अजब पीनल कोड'च्या कलम एकशे बहात्तरप्रमाणे आरोपीवरचा आरोप योग्य असल्यामुळे आरोपीच्या चौथ्या बायकोचाही घटस्फोट मंजूर करण्यात येत आहे. फिर्यादी असलेली आरोपीची चौथी बायको

ही या क्षणापासून त्याची धर्मपत्नी, कामपत्नी किंवा गृहपत्नी (हाऊस वाईफ) राहिली नसून ती आरोपीची पत्नी या नात्यातून पूर्ण मुक्त झाली आहे. फिर्यादी सज्ञान असल्यामुळे पुढं काय करायचं हे ठरवण्यास पूर्णपणे मुखत्यार आहे. आरोपी या चौथ्या बायकोलाही कायद्याप्रमाणे पोटगी देण्यास बांधील राहील. पोटगीचे पैसे कुठून द्यायचे, हा आरोपीचा वैयक्तिक प्रश्न आहे. पोटगी न देणं, हा दखलपात्र आणि शिक्षापात्र गुन्हा आहे, हे आरोपीनं पक्कं लक्षात ठेवून योग्य ते करावे.

आरोपी : मिलॉर्ड, चौथीलाही पोटगी देणं कायद्याच्या दृष्टीनं बंधनकारक आहे, हे मला पूर्णपणे मान्य आहे. न्यायाधीश महाराज, एक विनंती आहे. ज्या स्त्रीनं एकंदर चार नवऱ्यांपासून घटस्फोट घेतला आहे आणि जिला तिच्या चार भूतपूर्व नवऱ्यांकडून दरमहा नियमितपणे पोटग्या मिळत आहेत, अशी स्त्री शोधून तिच्याशी मी जर लग्न केलं, किंवा तिनं जर माझ्याशी लग्न केलं तरच मी माझ्या एक्स पत्नींना पोटग्या देऊ शकेन. मिलॉर्ड, आपल्या पाहण्यामधे असलं एखादं स्थळ आहे काय?

न्यायाधीश : (जोरात ओरडत) ऑर्डर! ऑर्डर! (असं म्हणून लाकडी हातोडा टेबलावर आपटतात.)

❖ ❖ ❖

२

एक वकील

(दारावर पाटी : 'खरवंडीकर वकील'. दाराशी चपला, बूट वगैरे पादत्राणं पुष्कळ आहेत. ही भरपूर पादत्राणं रस्त्यानं जाणाऱ्या-येणाऱ्यांना सहज दिसत असतात.)

एक जण : खरवंडीकर वकिलांची वकिली जोरदार चाललेली दिसते हं. खोऱ्यानं पैसे ओढत असणार.

दुसरा : पण तू हे कशावरून म्हणतोस?

पहिला : अरे, हे बघ ना– चपला, बूट, जोडे, सँडल्स, स्लीपर्स, लेडीज चपला, या गावरान चपला म्हणजे पायताणं– कधीही बघा, खरंवडीकर वकिलांच्या दाराशी पाच-पंचवीस पादत्राणं नेहमी दिसतात.

दुसरा : तू म्हणतोस ते खरं दिसतंय. आपल्या गावातले देशपांडे वकील एवढे मोठे नावाजलेले, पण त्यांच्या दारापुढंसुद्धा एवढ्या चपला, बूट नसतात.

पहिला : मला वाटतं, सध्या तरी खरवंडीकर वकीलच वकिलीच्या धंद्यात नंबर वन्‌वर आहेत.

दुसरा : टॉपला आहे, असं म्हणू. सिनेमातल्या हिरोईन्स असतात ना, त्यांना नंबर वनवर असं म्हणायची पद्धत असते. गेली दहा वर्षे माधुरी दीक्षित 'नंबर वन'वर आहे. त्याआधी श्रीदेवी 'नंबर वन' वर होती, त्यापूर्वी हेमामालिनी 'नंबर वन'वर होती.

पहिला : आलं लक्षात. असं करत-करत तू मधुबालापर्यंत जाशील; नंतर मागं जात-जात शांता आपटे, मीनाक्षी, शांता हुबळीकर यांना जाऊन भिडशील. आपण पुन्हा खरवंडीकर वकिलांपाशी येऊ या.

दुसरा : खरवंडीकर खरंच ग्रेट आहेत. आपल्याच गावातले देशपांडे वकील, केवढे नावाजलेले वकील! होत्याचं नव्हतं आणि नव्हत्याचं होतं करून आपल्या अशिलाची केस जिंकून दाखवतात. फाशीची शिक्षा ज्यांना व्हायला पाहिजे, अशा आरोपींची देशपांडे वकिलांनी निर्दोष म्हणून मुक्तता करून दाखवली होती, नंतर त्याच आरोपीला तो निर्दोष म्हणून सुटल्यावर फिर्यादी केलं आणि खून झालेल्या व्यक्तीच्या नातलगांवर अब्रूनुकसानीची केस दाखल केली. ती केस जिंकल्यानंतर अब्रू-नुकसानभरपाई म्हणून एक लाख रुपये वसूल करून दिले. खरोखरच देशपांडे वकील ग्रेटच आहेत. ते इतके ग्रेट असूनही त्यांच्या घरापुढं इतकी पादत्राणं नसणार, यावरून खरवंडीकर वकील किती ग्रेटर दॅन ग्रेट असतील याची कल्पना येईल.

पहिला : बाय द वे, तो निर्दोष आरोपी-कम-नंतर फिर्यादी हल्ली काय करत असेल?

दुसरा : (कान इकडे कर) तीन जावयांना तीन मोक्याच्या जागांवरचे पेट्रोल पंप दिल्याच्या आरोपातून ज्यांची हल्लीच निर्दोष मुक्तता झाले, ते मंत्री म्हणजेच पूर्वाश्रमीचा खून खटला- निर्दोष सत्पुरुष!

पहिला : ये बात है क्या?

दुसरा : खरवंडीकर वकिलांच्या घरासमोरचा चपला-बुटांचा पसारा पाहिला

की असं वाटतं... वाटतं म्हणजे असं वाटावं वाटतं की, खरवंडीकर वकील हे आशिया खंडातील सर्वांत जास्त यशस्वी वकील आहेत.

पहिला : मी परवाच कुठं तरी वाचलं होतं की, अमेरिकेमधला कॉम्प्युटरकिंग बिल गेट्स हा जगातला नंबर एकवर असलेला श्रीमंत आहे. नंबर दोनवर जपानमधला सर्वश्रेष्ठ वकील तुका माका खाऊ का हा आहे आणि नंबर तीनवर चीनमधील गडगंज श्रीमंत वकील कुकुचा काई शिकेकाई हा आहे; मग बाकीचे इतर...

दुसरा : पण आता नंबर दोनवर जगाच्या नंबरवारीत खरवंडीकर वकील असून तुका माका खाऊ का नंबर तीनवर आणि कुकुच्या काई शिकेकाई हे नंबर चारवर गेले आहेत.

पहिला : काही दिवसांनी नुस्ती पादत्राणं ठेवायलाच दोन मोठे हॉल बांधावे लागतील.

(असं बोलत असलेले ते दोघे श्रीयुत अमुक आणि मिस्टर तमुक तिथून निघून जातात. त्यानंतर दिसायला सामान्य असा एक माणूस तिथं येतो. मळकट लेंगा, मळकट शर्ट, हातात बरीच मोठी पिशवी. पिशवीमध्ये काहीतरी आहे.)

तो माणूस : वकीलसाहेब? वकीलसाहेब आहेत काय?

वकील : (आतून) कोण आहे? (वकील : खरवंडीकर वकील)

तो माणूस : मी आहे गेनू.

वकील : बैस गेनू. मी सांगितलेल्या वस्तू आणल्यास का? त्यांची गरज आहे.

गेनू : व्हय! आनल्या की! (पिशवी मोकळी करतो. आतून चपला, बूट, सँडल्स बाहेर पडतात. ही पादत्राणं नवीन नसून रोजच्या वापरातली. काही थोडी फार झिजलेली अशी आहेत. गेनू त्यांच्या जोड्या करून तिथं रांगेनं लावतो.)

वकील : छान जोड आणलेस. आठ दिवस ठेवता येतील ना? तितके दिवस तरी लागतीलच. पुन्हा दुसरीकडून कुठून आणायला नकोत. तू आपला माणूस आहेस, तूच आणत जा आणि थोडे दिवस ठेवून परत नेत जा. पुन्हा दुसरे जोड आणून ठेवत जा.

गेनू : ठीक आहे. फक्त हे लेडीज सँडल्स मात्र शनिवारी परत नेणार आहे, कारण त्या बाईंना रात्री नवऱ्यासंगट कुटं पार्टीला जायचं

हाय म्हनं.

वकील : ठीक आहे! सँडल्स तेवढे शनिवारी घेऊन जा. एकंदर आतापर्यंत किती जोड ठेवलेस?

गेनू : आजचे समदे जोडे धरून वट्टात ऐंशी जोड झाले बघा. आधीचे नेले, दुसरे आनून ठेवले. ते नेले, पुन्हा आनखीन आनून ठेवले. वकीलसाहेब, चपलाबुटांचं भाडं समदं मिळून... आत्तापुत्तोर नव्वद रुपये झाले. ते पैसे द्याल, तर धंद्याला कामाला येतील.

वकील : अरे, आणखी थोडं थांब. नव्वद रुपये झालेत ना? आणखी दहा रुपये लगेच होतील. म्हंजे, शंभर ही राऊंड फिगर होईल. मगच पैसे देण्याचं बघू. तू नीघ आता. पैशांची अजिबात काळजी करू नकोस. तुझे पैसे बँकेच्या फिक्स्ड डिपॉझिटमध्ये किंवा सेफ डिपॉझिट व्हॉल्टमध्ये असल्यासारखे सुरक्षित आहेत. तुझ्या पैशांवर माझा जागता पहारा आहे.

गेनू : जागता पहारा करून जागरन करण्यापरीस तुम्ही समदे पैसे देऊनच टाका, म्हंजे तुम्हाला जागरनं करावी लागनार न्हाईत आनि मलाबी पैसे खर्चायला होतील.

वकील : बघू या, शक्यतो एक तारखेला सर्व पादत्राणांच्या भाड्याचे पैसे चुकते करीन. तोपर्यंत एखादा बारीक-सारीक खटला चालवायला मिळतो का, ते बघतो.

गेनू : वकीलसाहेब, लई पैसे येनं बाकी हाय तुमच्याकडून. आज थोडे तरी पैसे द्या. तुमचा वकिलीचा धंदा जोरकस चालला हाय असं पब्लिकला वाटावं, म्हनून माझ्या गिऱ्हाइकांच्या दुरुस्तीला आलेल्या चपला-बूट तुमच्या घरात समोरच्या अंगाला मी मांडून ठेवत असतो.

वकील : माझी वकिली जोरात चालली आहे, अशिलांवर अशील येत आहेत, लोक माझ्याकडेच गर्दी करतात, असं वाटावं; म्हणून मी दारापुढं चपला-बुटांचे ढीग लावतो. त्यासाठी मी तुझ्याकडून पादत्राणं भाड्यानं घेत असतो. तुझं भाडं वाढत जातं, पण अशील काही येत नाही.

गेनू : वकीलसाहेब, तरी पन पैशांचं बगाच. चार दिवसांनी पुन्हा येतो तवा मात्र नक्की पैसे द्या.

(वकील आत जातात. गेनू चांभार तिथून निघतो. एवढ्यात

तिथं एक माणूस येतो. साधारण मध्यम वयाचा; चार चौघांसारखा)

तो माणूस : इथं वकीलच राहतात ना?

गेनू : व्हय! खखंडीकर वकील म्हनत्यात त्यास्नी.

तो माणूस : वकील भारीपैकी आहे, की, घरापुढं चपलांचं दुकान मांडून बसणारा आहे?

गेनू : चपलांचं दुकान कशापायी मांडून बसतील हो? हतंच थांबा. मी त्येंची अपाइंटमेंट घेऊनशान येतो. तुमचं नाव आनि काम लिहून द्या. (गेनू नावाचा कागद घेऊन आत जातो. नंतर तो बाहेर येतो.) तुम्ही काय करा, या खोलीत बसा. कारन माडीवच्या हॉलमंदी जंक्शन गर्दी हाय. कुनाची हुंडाबळीची केस हाय, खुनाच्या चार केसी हायेत, जबरी भोगाच्या आठ-दहा केसी हायेत, काडीमोडीच्या पाच-सहा केसी, शेताच्या भानगडीच्या तीन केसी हायेत.

तो माणूस : इतक्या लोकांशी वकील एकदम कसं काय बोलतात? आश्चर्य आहे!

गेनू : मधून सेशन कोर्टातून फोन येतो. लगेच हायकोर्टाचा फोन येतो, पाठोपाठ दिल्लीहून सुप्रीम कोर्टाचा ट्रंककॉल येतो आनि लगोलग सैपाकघरातून बाईसाहेबांचा फोन येतो, 'दुपारचे चार वाजायला आले. जेवायला खाली कधी येनार?'

तो माणूस : भारीच दांडगा वकील दिसतो!

गेनू : तुम्हास्नी एक प्रायव्हेट सांगतो. तो अमेरिकेचा मोठा साहेब हाय ना – काय बरं त्याचं नाव?

तो माणूस : बिल क्लिंटन?

गेनू : हां, त्योच. त्यो क्विंटल साहेब. आमच्या ह्या वकीलसाहेबांना त्येनं रात्री समदे झोपल्यावर अमेरिकेतून हळूच फोन केला. बिल क्विंटल म्हनाला, एक क्विंटल बिलं पाठवली तरी चालेल, पन मला मोनॅकोपासून वाचवा.

तो माणूस : मोनॅको बिस्किटं आहेत. त्या बाईचं नाव मोनिका आहे. त्याचं काय झालं?

गेनू : काय झालं ते जगामधल्या समद्या पेपरांमध्ये छापून आलंय. वकीलसाहेबांना माझी केस घ्या म्हणून लई ईनवन्या केल्या, पन

इंडियामधल्या एक्सप्रेस, अर्जंट, जंक्शन अशा केसेस सोडून अमेरिकेला जाणंच शक्य नव्हतं. आमचे हे खरवंडीकरसाहेब क्विंटलचे वकील असते, तर त्यांनी त्या मोनॅकोबाईची ऐशी की तैशी करून टाकली असती. फार भारी वकील आहेत. ह्या चपला, बूट बघा ना. इतकी मानसं येकसारकी येतात-जातात, येतात-जातात, येतात-जातात...(आतल्या खोलीतून खरवंडीकर वकील म्हणतात...)

वकील : बाहेर कोण उभा आहे? आत या.

तो माणूस : (आत येऊन) नमस्कार वकीलसाहेब!

वकील : तुमची काय केस आहे ती थोडक्यात सांगा, कारण माडीवरच्या हॉलमध्ये खूप माणसं बसली आहेत. संध्याकाळच्या प्लेननं मला दिल्लीला जायचं आहे. दिल्लीत सुप्रीम कोर्टात माझ्या अशिलाची एक केस आहे, उद्या तारीख आहे.

तो माणूस : तुम्ही सुप्रीम कोर्टातसुद्धा वकिली करता? कमाल आहे! हे सगळं तुम्हांला कसं काय जमतं याचंच आश्चर्य वाटतं.

वकील : खरं म्हणजे, सुप्रीम कोर्टात न्यायमूर्ती म्हणून येण्याची ऑफर आली होती, पण मीच गेलो नाही, कारण मग दिल्लीतच राहावं लागतं. मला तर इथल्या लोकांची सेवा करायची आहे. बरं, तुमचं नाव काय?

तो माणूस : माझं नाव बबनराव जामसंडीकर आहे. मी तुमचा वकिली सल्ला घ्यायला आलो आहे.

वकील : तो तर माझा व्यवसायच आहे. माझी प्राथमिक वकिली सल्ल्याची फी पाचशे रुपये आहे.

बबनराव : देईन ना, पण खटला जिंकला पाहिजे.

वकील : जामसंडीकर, तुमची केस काय आहे, ती सांगा.

बबनराव : माझ्या शेताला लागूनच कासंडीकरांचं शेत आहे. हे शेत बबनराव जामसंडीकरांचं म्हणजे माझं आणि हे शेजारचं शेत छबूराव कासंडीकराचं आहे. कासंडीकरानं हळूहळू माझ्या शेताची जमीन आपल्या शेताला जोडून आपलं शेत वाढवण्याचा चोरटा व्यवहार सुरू केला आहे. जवळजवळ दोन एकर रुंदीचा जमिनीचा पट्टा हळूहळू आक्रमण करून या छब्या कासंड्यानं हडप केला आहे. (आवश्यक अशी आणखी माहिती सांगून झाल्यावर)

वकील : अच्छा! एकंदरीत तुमची केस अशी आहे!

बबनराव : केसचा निकाल माझ्या बाजूनं लागला पाहिजे. तुमचं वकिली कौशल्य पणाला लावून केस जिंकून दाखवा.

वकील : जामसंडीकर, अजिबात डोन्ट वरी! तुमची बाजू शंभर टक्के खरी आहे, बरोबर आहे. केसचा निकाल तुमच्या बाजूनंच लागला आहे, असंच आतापासून खुशाल समजा.

बबनराव : मला उगीच बारीक शंका वाटते.

वकील : जामसंडीकर, आय ॲम ना? शंका-बिंका डोक्यामधून काढून टाका. तुम्ही केस जिंकणार, असं मी छातीठोकपणे सांगतो. कोर्टात तुमच्या त्या छबूराव कासंडीकराची अशी काही ऐशी की तैशी करून टाकतो की, भर कोर्टातून तो ची-ची-ची करत पळत सुटेल आणि घरी आल्यावर घाईनं ...मध्ये जाईल.

बबनराव : तडक ...जाऊन दार बंद करावं लागतं? कमाल आहे!

वकील : बबनराव जामसंडीकर, मी कोर्टात वकील या नात्यानं उभा राहिलो की, माझ्याविरुद्ध निकाल देण्याची मॅजिस्ट्रेटचीसुद्धा हिंमत होत नाही. तुम्ही सुरुवातीच्या या सल्ल्याचे पाचशे रुपये द्या. मी कोर्टामध्ये प्रतिपक्षाचा पक्षकार आणि त्याचा वकील या दोघांनाही भर कोर्टामध्ये टराटरा-टराटरा फाडून खाऊन टाकतो.

बबनराव : म्हणजे तुम्ही मांसाहारी आहात?

वकील : तसे नाही हो जामसंडीकर. बोलण्याचा एक भाग सांगितला. फाडून खाणं म्हणजे प्रतिपक्षाच्या वकिलाला चारीमुंड्या चीत करणं. धोबी पछाड घालून पालथा आणि उताणा पाडणं. हे सगळं मी कोर्टात नेहमी करत असतो, म्हणून सगळे लोक मला टरकून असतात. माझ्या प्राथमिक फीचे पाचशे रुपये द्या, नंतर मी तुमचं वकीलपत्र घेतो.

बबनराव : थँक्यू व्हेरी मच खरवंडीकर वकीलसाहेब. तुम्ही अत्यंत खात्रीचा उत्तम सल्ला दिल्याबद्दल मी तुमचा मन:पूर्वक आभरी आहे. मी आता तुम्हाला पाचशे रुपयेही देण्याची गरज नाही.

वकील : म्हणजे? याचा अर्थ काय?

बबनराव : वकीलसाहेब, मी आता तुम्हाला काही स्वत:चं केस म्हणून जे-जे काही सांगितलं, ती केस माझी स्वत:ची नसून माझ्या प्रतिपक्षाची आहे. मी दिलेल्या माहितीवर तुम्ही छातीठोकपणे शंभर टक्के

केस जिंकणार, असं सांगितलं. याचाच अर्थ, खटल्याचा निकाल माझ्या प्रतिपक्षाच्या म्हणजे छब्या कासंडीकरच्या बाजूनं लागणार, तर मग उगीच कोर्ट-कचेऱ्यात खेटे घालण्यात काय अर्थ आहे? म्हणून मी केस करणारच नाही, म्हणून पाचशे रुपये तरी कशाला देऊ? पाचशे रुपये देऊन केस हरल्याचं ऐकण्यापेक्षा पाचशे रुपये वाचल्याचं समाधान तरी मिळेल. अच्छा ! नमस्कार !

(बबनराव जामसंडीकर जातात. खरवंडीकर वकील आऽ वासून बघत राहतात.)

❖ ❖ ❖

३

तेच वकील

(तेच खरवंडीकर वकिलांचं घर. दारावर त्यांच्या नावाची पाटी आहे. एक गृहस्थ दारावर टक्-टक् करतात.)

वकील : येस! दार उघडंच आहे. आत या. (ते गृहस्थ आत येतात.)

गृहस्थ : नमस्कार वकीलसाहेब!

वकील : नमस्कार ! बोला, काय काम काढलंय? काही नवीन केस लढायची आहे काय?

गृहस्थ : अगदी तसंच काही म्हणता येणार नाही.

वकील : समजा, केस असेल तर मला दोन-तीन दिवसांनी भेटाल, तर बरं होईल; पण अर्जंट असेल तर आत्ताच थोडक्यात सांगा.

गृहस्थ : तुम्हाला कसली तरी फार घाई दिसते?

वकील : होय, मला आज संध्याकाळच्या प्लेननं दिल्लीला जायचं आहे. एका कोट्यधीश उद्योगपतीची प्रॉपर्टीसंबधीची केस चालवत आहे. त्यासाठी मला आज संध्याकाळी प्लेननं निघालंच पाहिजे. सुप्रीम कोर्टात माझ्या पाच-सहा केसेस चालू आहेत, त्यामुळे माझी फार धावपळ होते. आता इथं आहे, असं म्हणे-म्हणेपर्यंत मी दिल्लीला जाऊन पोहोचतो आणि रात्री परत घरी येतो.

गृहस्थ : तुमच्यासारख्या अत्यंत यशस्वी वकिलाची अशी गोड धावपळ सतत होत राहणं स्वाभाविक आहे. आजकाल तुमच्यासारखे डिव्होटेड वकील राहिलेतच कुठं? तालुक्याच्या कोर्टात पऱ्या-यऱ्या करत वकिली करणारे लोक थापा मात्र दिल्लीचं सुप्रीम

कोर्ट दणाणून सोडल्याच्या मारत असतात. तुमच्यासारखे 'खरोखरच सुप्रीम कोर्ट गाजवणारे' खरोखरच एक किंवा दोन असतील. त्या दोन्हीतले एक वकील तुम्ही आहात आणि दुसरा नंबर नानी पालखीवाला, राम जेठमलानी त्यानंतर...

वकील : त्यासाठी खूप परिश्रम, तपश्चर्या करावी लागते.

गृहस्थ : तुमची कीर्ती सुप्रीम कोर्टापर्यंत पोहोचल्याचे ऐकून माझे दोन्ही कान धन्य झाले. इथंसुद्धा पादत्राणांचे ढीग असतात. पक्षकारांची तुमच्याकडे रीघ लागलेली असते.

वकील : कायद्यांचा बारकाईनं अभ्यास करून आपल्या अशिलाची बाजू कोर्टात प्रभावीपणे मांडणारे अभ्यासू, व्यासंगी वकील राहिलेतच कुठं? त्यामुळे जो उठतो तो डायरेक्ट माझ्याकडे धाव घेतो.

गृहस्थ : माझंच उदाहरण बघा ना. मीसुद्धा तुमच्याकडेच आलो आहे. बरं वकीलसाहेब, मी माझ्याबद्दलची माहिती सांगतो. माझं घर इथून जवळच आहे. घरात म्हशी, गाई आहेत. त्यांच्या चाऱ्यासाठी मी खूप गवत खरेदी करून ठेवलेलं आहे.

वकील : तुमच्या घरातही लालुप्रसादप्रमाणे काही चारा घोटाळा झाला आहे काय? झाला असल्यास किती रुपयांचा? दहा हजार कोटींचा का?

गृहस्थ : तसलं काही नाही हो! तसं काही असतं, तर राबडीदेवीऐवजी मी बिहारचा मुख्यमंत्री झालो नसतो का? माझं चारा प्रकरण लहानसं आहे.

वकील : काय असेल ते थोडक्यात सांगा, कारण मला सुप्रीम कोर्टाच्या कागदपत्रांवरून शेवटचा हात फिरवायचा आहे. उरलेले काम मी प्लेनमध्ये करणार आहे. हं, बोला.

गृहस्थ : सांगतो.

वकील : थोडक्यात सांगा. सुप्रीम कोर्टात आम्हाला नेहमी टु दि पॉइंट बोलण्याची सवय असते. गवताचं काय झालं म्हणता? कम टु दि पॉइंट.

गृहस्थ : गवताच्या गंजीला आग लागली. सगळं गवत जळून खाक झालं.

वकील : आग लागली, की कुणीतरी लावली?

गृहस्थ : कुणीतरी लावली. कुणी लावली, हेही मला माहीत आहे. माझ्या घराच्या खिडकीतून आग लावताना मी प्रत्यक्ष माझ्या डोळ्यांनी

पाहिलं आहे.

वकील	:	तुम्ही प्रत्यक्ष पाहिलं आहे? फार चांगलं मुद्दा आहे हा. केस लढवताना उपयोगी पडेल.
गृहस्थ	:	मला असा सल्ला विचारायचा आहे की, लावणारी व्यक्ती कायद्याच्या दृष्टीनं वयानं लहान असेल, म्हणजे मायनर असेल तर त्याच्या वडिलांकडून नुकसानभरपाई वसूल करता येते का; हे विचारण्यासाठी मी आलो आहे.
वकील	:	वडिलांकडून नुकसानभरपाई अवश्य घेता येते. मला वकीलपत्र द्या. मी तुम्हाला हंड्रेड परसेंट नुकसानभरपाई मिळवून देतो, पण त्याआधी प्राथमिक सल्ल्याचे पाचशे रुपये मला द्या.
गृहस्थ	:	खात्रीनं फुल कॉंपेन्सेशन मिळवून देणार आहात, याबद्दल मी तुमचा आभारी आहे.
वकील	:	बोला, काय नाव आहे त्याचं?
गृहस्थ	:	मुलाचं नाव तुमच्या चांगल्या परिचयाचं आहे.
वकील	:	म्हणजे आरोपी मुलगा याच भागात राहत असावा, असं दिसतं. छान! त्याला आणि त्याच्या वडिलांना कोर्टात असा फैलावर घेतो की, तुम्ही बघत राहाल. भर कोर्टात घळाघळा रडायला लागेल आणि फळाफळा ...लागेल. एवढंच नव्हे, तर त्याच भर कोर्टात त्याच्या वडिलांना चक्कर येऊन ते धाडकन् कोसळतील. मी सांगेन, 'अशा वेळी मी मायनर आरोपीच्या वडिलांकडे मानवतेच्या करुणामय दृष्टीनं पाहत आहे. माझ्या वाक्ताडनामुळे ते बेशुद्ध पडले आहेत म्हणून त्यांना शुद्धीवर आणण्याची नैतिक जबाबदारी मीच स्वीकारतो', असं म्हणून मी कुणाला तरी सांगेन, 'हे पैसे घे आणि पाव किलो मोठे कांदे आण.' अशा वेळी कांदे सध्या पंचवीस रुपये किलो आहेत, असला क्षुद्र आर्थिक विचार मी करणार नाही, कारण ती महान भारतीय संस्कृती नाही. त्यातला एक कांदा हाताच्या बुक्कीनं फोडेन आणि त्या बेशुद्ध वडिलांच्या नाकाशी धरीन. शुद्धीवर आल्यावर त्यांना पुन्हा पिंजऱ्यात उभा करीन आणि उरलेलं तसलंच फाडफाड भाषण पुरं करीन. तुम्ही फक्त त्या मुलाचं आणि त्याच्या बापाचं नाव सांगा. पुढचं सगळं... म्हणजे, कांदा हुंगायला देऊन शुद्धीवर आणण्यापर्यंतचं सगळं... काही मी बघून घेईन. चला, नाव लवकर सांगा. मला

सुप्रीम कोर्टाच्या केसच्या कामाचा स्टडी करायचा आहे.

गृहस्थ	:	हिंदी सिनेमातल्या शेवटच्या कोर्ट-सीनमध्ये तिथला वकील बेंबीच्या देठापासून ओरडून फिल्मचं निम्मं रीळ एकटाच फस्त करतो- मुजारिम को कडीसे कडी सजा होना चाहिए- (या अंतिम वाक्यासह) तुम्हीसुद्धा इथं कोर्ट नसताना आणि या वेळेपुरते वकीलही नसताना फारच तडाखेबंद भाषण केलं आहे. आता मी जे सांगणार आहे, ते ऐकल्यावर तुम्हाला शुद्धीवर आणण्यासाठी माझ्या घरातून पंचवीस रुपये किलोवाला मोठा कांदा आधीच आणून ठेवू का?
वकील	:	हा काय प्रकार आहे?
गृहस्थ	:	माझ्या गवताच्या गंजीला तुमच्या अल्पवयीन चिंटूनामक मुलानं आग लावली आहे. मी हे माझ्या डोळ्यांनी पाहिलं आहे. मुलगा कायद्याच्या दृष्टीनं अज्ञान असल्यामुळे त्याची जबाबदारी तुमच्यावर आहे.
वकील	:	(स्वतःला कसं-बसं सावरून) ठीक आहे, तुमचं जे काही नुकसान असेल, ते मला तुम्ही द्यायच्या पाचशे रुपये फीमधून वजा करून फीचे उरलेले पैसे मला द्या, म्हणजे व्यवहार पूर्ण होईल.
गृहस्थ	:	तुमच्या मुलानं जाळलेल्या गवताची किंमत तीन हजार रुपये आहे. त्यातून तुमच्या फीचे पाचशे रुपये कापून घ्या आणि उरलेले अडीच हजार रुपये मला रोख एकरकमी द्या. (वकील कपाळावर हात मारून घेतात.)

❖   ❖   ❖

(गेनू येतो चार दिवसांनंतर...)

गेनू	:	आनखीन अर्धा डझन पायतानं आनलीत.
वकील	:	सगळं घेऊन जा परत. मी वकिली बंद केली आहे. कालपासून एका सॉलिसीटरकडे कारकून म्हणून काम करतो. पगार झाल्यावर ये आणि पादत्राणांच्या भाड्याचे सगळे पैसे घेऊन जा. सहकार्याबद्दल आभारी आहे.

■■■

पाच

काही नाट्रुकली

मुलांची संख्या

(डॉ. धन्वंतरी यांचं हॉस्पिटल. हॉस्पिटल म्हणजे काय, संपूर्ण मॅटर्निटी हॉस्पिटल. हॉस्पिटलच्या बाहेरच्या बाजूस 'डॉ. धन्वंतरी यांचे प्रसूतिगृह' अशी पाटी आहे. गर्भवती जड पावलांनी (वाहनातून उतरून) आत येत आहेत. हॉस्पिटल खूप मोठं आहे. ओळीनं मांडून ठेवलेल्या खुर्च्यांपैकी तीन खुर्च्यांवर तीन गर्भवती शेजारी-शेजारी बसल्या आहेत. त्यांच्या गप्पागोष्टी सुरू आहेत. गप्पा बाळंतपणाच्याच आहेत.)

पहिली : मागच्या 'खेपेला' मी 'बगदादचा चोर' हे पुस्तक वाचत होते आणि त्याच वेळी माझ्या पोटात दुखू लागलं. मी लगेच टॅक्सीनं या हॉस्पिटलात आले. अर्ध्या तासाच्या आतच डिलिव्हरी झाली. त्या खेपेला मागल्यासारखा त्रास झाला नाही.

दुसरी : म्हणजे, ही तुमची तिसरी खेप? दोन झाल्यावर ऑपरेशन का करून घेतलं नाहीत?

पहिली : मिस्टर म्हणतात, मुलगा होऊ दे; मग करू.

तिसरी : अय्या! आधीच्या दोन्ही मुलीच आहेत?

पहिली : हो ना! मुलगा व्हावा, असं वाटतं आणि मुलगी होते. असं दोनदा झालं. त्यामुळे इजा-बिजा-तिजा झालं तर दीड-दोन वर्षांत मुलाच्या अपेक्षेनं पुन्हा इथे यावं लागेल. माझे हे म्हणतात, 'वंशाचा दिवा' लागेपर्यंत अशीच 'ट्रायल अँड एरर मेथड' पुढं सुरू ठेवायची.

दुसरी : तुमचे मिस्टर भलतेच उत्साही दिसतात!

तिसरी : असतात काही काही पुरुष उत्साही.

पहिली : उत्साह त्यांचा आणि ओझं मला!

दुसरी : असं कसं म्हणता? उलट, कुणीतरी असं म्हटलं आहे की, 'गर्भवती म्हणजे नवऱ्याच्या कर्तृत्वानं स्वत:च फुगून जाणारी स्त्री.'

तिसरी : बरं, मघाशी त्या पुस्तकाचं काय सांगत होतात?

पहिली : काही नाही हो! साधा योगायोग. मी 'बगदादचा चोर' हे पुस्तक वाचत होते आणि बाळंत झाले. गोष्टीतला चोर एकच होता. मला मुलगाही एकच झाला. गमतीचा योगायोग सांगत होते. केवळ योगायोग. एक चोर–एक मुलगा.

दुसरी : केवळ योगायोग म्हणू नका. पुढं काय होणार, याची पूर्वसूचनाच त्या आकड्यानं मिळते. तुम्ही 'बगदादाचा चोर' वाचत होतात. चोर एकच होता म्हणून तुम्हाला एकच मुलगा झाला. शूद्रकाचं 'मृच्छकटिक' नाटक वाचत असता, तरीही तुम्हाला एकच मुलगा झाला असता. कारण त्या नाटकात शर्विलक या नावाचा एकच चोर होता.

पहिली : मला खरं नाही वाटत.

दुसरी : पण माझी खात्री आहे की, प्रसूतीनंतर किती बाळं जन्माला येणार, अशी अंत:प्रेरणा होऊनच त्यास अनुसरून गर्भवती पुस्तकं वाचत असते.

पहिली : अगदी तसंच काही नाही. तुम्हाला उगीच तसं वाटतं.

दुसरी : माझा स्वत:चाच अनुभव सांगते. 'बगदादाचा चोर' या पुस्तकात फक्त चोर आहे. मागल्या खेपेला मला दिवस गेले होते; नऊ महिने पूर्ण झाले होते. कोणत्याही क्षणी मला हॉस्पिटलमध्ये जावं लागलं असतं. त्या वेळी मन गुंतवण्यासाठी मी एक पुस्तक वाचत होते. तेच पुस्तक वाचायचं, असं अगोदर ठरवलं- बिरवलं नव्हतं. मिळालं पुस्तक; बसले वाचत. त्या पुस्तकाचं नाव होतं, 'दोन चोरांची कहाणी'. पुस्तक निम्म्याहून अधिक वाचून झालं आणि माझ्या पोटात दुखायला सुरुवात झाली. याच हॉस्पिटलात आले. सुमारे पाऊण तासानं मी बाळंत झाले. विशेष म्हणजे, मला जुळं झालं. मी विचार करू लागले, 'जुळं का बरं झालं असेल?' विचार करता-करता असं लक्षात आलं की, मघाशी आपण 'दोन चोरांची कहाणी' हे पुस्तक वाचत होतो. त्याचाच हा परिणाम असावा.

पहिली : मी 'बगदादाचा चोर'– (एक चोर) वाचला; एक मूल झालं. तुम्ही 'दोन चोरांची कहाणी' वाचली; दोन मुलं झाली. आता मात्र हा

योगायोग नसून त्यामागे काही तरी पॉवरफुल प्रेरणा असली पाहिजे. त्या-त्या वेळी तसलंच पुस्तक वाचण्याची बुद्धी होते आणि तेवढ्या संख्येची मुलं होतात.

दुसरा : (तिसरीला) काय हो, मघापासून आम्ही दोघीच बोलत आहोत. तुम्हीही बोला ना? आणि हे काय? तुमच्या डोळ्यांत पाणी का? आणि घाबरल्यासारख्या दिसता. काय झालं?

पहिली : अहो, पहिलटकरीण असणार. पहिल्या खेपेला भीती वाटणं साहजिक आहे. बाई, घाबरू नका. बाळंतपण सुखरूप पार पडेल. सुलभ प्रसूतीत डॉक्टरांचा फार मोठा लौकिक आहे.

दुसरी : मलाही पहिल्या खेपेला खूप 'नर्व्हसनेसपणा' आला होता. पुढं-पुढं सवयीनं भीती वाटत नाही. माझ्या सासूबाईंना माझे हे धरून मोजून अकरा मुलं झाली. तिसऱ्या खेपेपासून त्यांना बरोबरसुद्धा कुणी लागत नसे. ह्या गेल्या आणि ह्या आल्या, इतक्या सहज बाळंत होऊन यायच्या. प्रत्येक खेपेला बाळ-बाळंतीण सुखरूप! (तिसरी अगदी रडकुंडीला आली होती.)

पहिली : अहो, असं घाबरून कसं चालेल? तुम्ही पहिल्या खेपेलाच अवसान गाळून बसलात, तर मग गांधारीचं काय झालं असेल, याचा विचार करा. त्या माऊलीला मोजून शंभर मुलगे झाले होते; शिवाय एकशे एकावी मुलगीही झाली होती.

दुसरी : त्या काळातल्या स्त्रियांचा स्टॅमिना दांडगा असे. त्याशिवाय, गांधारीचं माहेर सध्याचं अफगाणिस्तान आहे ना, ते होतं. पूर्वी अफगाणिस्तानचं नाव गांधार होतं. त्यावरून तिचं नाव गांधारी असं ठेवण्यात आलं. कंदाहार हे जे तिकडचे प्रसिद्ध शहर आहे, तो गांधारचा अपभ्रंश आहे.

पहिली : अय्या! तुम्हाला गांधारीच्या माहेरची खडान् खडा माहिती आहे की!

तिसरी : मला कसं तरी होतंय. काहीही सुचत नाही. इथं येईपर्यंत प्रकृती ठीक होती.

दुसरी : मग अचानक काय झालं?

तिसरी : तुम्ही दोघी, तुम्ही वाचलेल्या पुस्तकांबद्दल बोलत होता ना, त्यामुळे मी घाबरले.

पहिली : हत् तिच्या! 'बगदादाचा चोर' हे पुस्तक मी वाचलं आणि ह्यांनी 'दोन चोरांची कहाणी' वाचली; त्यात तुम्ही घाबरण्यासारखं काय

आहे? तुम्ही मनातून भीती काढून टाका बरं आधी.

तिसरी : भीती काढून टाकणं अगदी अशक्य आहे; उलट भीती झपाट्यानं वाढत आहे.

दुसरी : काय कारण आहे, तेच सांगून टाका.

तिसरी : मी इथं यायच्या आधी थोडा वेळ एक पुस्तक संपूर्ण वाचून काढलं होतं.

पहिली : त्या पुस्तकाचं नाव काय?

तिसरी : (हुंदके देत) 'अलिबाबा आणि चाळीस चोर!'

दोघी (एकदम) : अयो बाई! खरंच?

तिसरी : होय ना! मी 'अलिबाबा आणि चाळीस चोर' हे पुस्तक वाचून संपवलं आणि लगेच टॅक्सीनं इथं आले. एक चोर-एक मुलगा, दोन चोर - दोन मुलगे या हिशेबानं चाळीस चोर-चाळीस मुलं मला होणार! देवा, मला वाचव.

चार जुळै

(डॉ. धन्वंतरी यांचं तेच मॅटर्निटी हॉस्पिटल. गर्भवतींना बसण्यासाठी त्याच खुर्च्या. त्यापैकी चार खुर्च्यांवर चार गर्भवती बसलेल्या आहेत. चौघींनाही सारखेच दिवस गेले असावेत, असं सकृद्दर्शनी वाटतं. डॉक्टर धन्वंतरींचा असिस्टंट एक तरुण डॉक्टर त्या चौघींपाशी येतो. सर्वसाधारण प्रकृती कशी आहे वगैरेची चौकशी करण्यासाठी.)

डॉक्टर : (पहिलीला) काय म्हणते प्रकृती?

पहिली : ठीक आहे.

डॉक्टर : थोरल्या डॉक्टरांनी (डॉ. धन्वंतरी) सांगितलेलं औषध रोज घेता ना?

पहिली : होय. वेळच्या वेळी घेते.

डॉक्टर : जड, अवजड असं काही उचलत जाऊ नका. पोटामधल्या युवराजांना त्रास होईल. घरगुती हलकी कामं मात्र करा. कारण शरीराला थोडीशी हालचाल पाहिजे. दुपारी विश्रांती घेत जा. आता विश्रांतीची गरज आहे. दूध, बोर्नव्हिटा घेत जा.

पहिली : सकाळी बोर्नव्हिटा घालूनच दूध घेत असते.

डॉक्टर : (दुसरीला) तुमची प्रकृती ठीक आहे ना? आता जास्त जपलं पाहिजे. दोन जीवांची जबाबदारी तुमच्यावर आहे.

दुसरी : काय सांगताय डॉक्टर? मला जुळं होणार काय? पहिल्याच खेपेला जुळं म्हणजे टू-मच वाटतंय.

डॉक्टर : मी तुम्हाला जुळं होणार म्हणून कुठं सांगितलंय?

दुसरी : आताच तर म्हणालात, माझ्यावर दोन जीवांची जबाबदारी आहे?

डॉक्टर : दोन जीव म्हणजे, जुळी मुलं नव्हेत. तुम्ही आणि तुमच्या पोटातलं बाळ, अशा दोन जीवांची जबाबदारी तुमच्यावर आहे, असं मला म्हणायचं होतं.

दुसरी : हुश्श! मग ठीक आहे.

डॉक्टर : तुम्हाला काय वाटलं– एकदम लक्ष्मीकांत-प्यारेलाल, शंकर-जयकिशन, कल्याणजी-आनंदजी, अशी जोडगोळी जन्माला येणार?

दुसरी : होय बाई! जुळं म्हटलं की धास्तीच वाटते. दिवस गेल्यापासून दररोज टीव्हीवर हिंदी सिनेमा बघते. तेवढाच वेळ जातो. डॉक्टर, प्रत्येक हिंदी सिनेमात जुडवा भावाची जोडी असते. रमेश जंटलमन निघतो; तर राकेश हमखास स्मगलर, गुंड, दरोडेखोर बनतो. गेले काही महिने मी जुळ्यांचेच सिनेमे बघते. भरीस भर, कालच टीव्हीवर मी 'सीता और गीता' हा सिनेमा पाहिला. हेमामालिनीचा डबल रोल आहे. मला दोन जुळ्या मुलीच झाल्या, तर केवढी आपत्ती!

डॉक्टर : डोंट वरी! वुई आर ना! तसं काही होऊ देणार नाही. शांत राहा.

डॉक्टर : (तिसरीला) हं, काय? एकदम खुषीत दिसता? नक्की मुलगाच होणार, असा आत्मविश्वास आहे वाटतं?

तिसरी : इच्छा तर तशीच आहे. बघू या, परमेश्वर काय देतो ते.

डॉक्टर : औषध आणि टॉनिक वेळच्या वेळी घेत जा. आता हे प्रकृतीला जपायचे दिवस आहेत.

डॉक्टर : (चौथीला) तुमची प्रकृती तर छानच दिसते! काही प्रश्न वगैरे विचारायलाच नकोत. तुम्ही चौघीही पहिलटकरणी आहात, म्हणून विशेष काळजी घ्या. लवकरच चार राजपुत्र जन्माला येणार आहेत. स्वागताला तयार राहा. (असिस्टंट डॉक्टर चौघींना उद्देशून आणखी एक महत्त्वाचा प्रश्न विचारतात.)

डॉक्टर : (पहिलीला) थोरल्या डॉक्टरांनी, म्हणजे डॉ. धन्वंतरी यांनी, तुम्हाला डिलिव्हरीची कोणती तारीख दिली आहे?

पहिली	:	चार जुलै.
डॉक्टर	:	व्हेरी गुड! चार जुलै म्हणजे अमेरिकन स्वातंत्र्यदिन. त्या दिवशी तुमच्या पोटी जॉर्ज वॉशिंग्टन किंवा अब्राहम लिंकन किंवा केनेडी जन्माला येणार.
पहिली	:	निक्सन किंवा क्लिंटन नको.
डॉक्टर	:	तुमची इच्छा थोरल्या डॉक्टरांना सांगतो.
पहिली	:	चार जुलै चांगली तारीख आहे.
डॉक्टर	:	(दुसरीला) तुम्हाला डिलिव्हरीची कोणती तारीख दिली आहे?
दुसरी	:	(खालच्या मानेनं) मलाही चार जुलै. (डॉक्टर किंचित हसतात. शेजारी बसलेल्या दोघींनाही चार जुलैच दिली होती. या योगायोगाची गंमत वाटली.)
डॉक्टर	:	(तिसरीला) तुम्हाला कोणती तारीख दिली?
तिसरी	:	(खाली मान घालून हलक्या आवाजात) मलाही चार जुलै हीच तारीख दिली आहे.
डॉक्टर	:	(हसत-हसत) इथं ओळीनं बसलेल्या तिघींनी चार जुलैची हॅट्ट्रिकच केली आहे. विलक्षण योगायोग आहे. तुम्ही तिघी तीन निरनिराळ्या ठिकाणी राहता, तरीही डिलिव्हरीचा मुहूर्त मात्र एकच धरला आहे. अभिनंदन! (तिघींना विचारून झाल्यावर चौथीसुद्धा चार जुलैचीच मानकरी असणार, असं डॉक्टरांना वाटलं.)
डॉक्टर	:	आणि तुम्ही? या तिघींनी जणू काही संगनमत केल्याप्रमाणे चार जुलै हा दिवस पक्का केला आहे. तुमची डिलिव्हरीची तारीखसुद्धा चार जुलैच का?
चौथी	:	(मोठ्या फणकाऱ्यानं ठसक्यात) मला कशाला डॉक्टर चार जुलै ही तीच ती तारीख देतील? मी कुठं त्यांच्याप्रमाणे पिकनिकला गेले होते? (डॉक्टर चक्रावून जातात.)

दुहेरी बातमी

(तेच डॉक्टर धन्वंतरींचं हॉस्पिटल. डॉक्टर धन्वंतरी एकेका स्त्रीला, तपासण्यासाठी आतल्या खोलीत बोलावत आहेत. एका स्त्रीला तपासत आहेत. स्टेथास्कोप, थर्मामीटर, ब्लड प्रेशरची उपकरणे यांचे उपयोग सुरू आहेत. मधेच डोळे तपासतात, जीभ बघू म्हणतात, नखं बघतात. वगैरे. नंतर

पोटावर निरनिराळ्या जागी टिचक्या मारतात. सगळं तपासणं बारकाईनं चाललं आहे.)

डॉक्टर : टिंब टिंबला (...ला) बसून साधारण किती महिने झाले असतील? आठवून सांगू शकाल का? चार तारखा कळल्या, तर उत्तमच.

ती : (खाली मान घालून) अंदाजे तीन महिने झाले. बहुधा चौथा सुरू झाला असावा.

डॉक्टर : त्यानंतर टिंब टिंबला बसला नाहीत ना?

ती : (खाली मान घालून) मुळीच नाही.

डॉक्टर : कोरड्या उलट्या कधीपासून सुरू झाल्या?

ती : गेल्या तीन-चार दिवसांपासून. डॉक्टर, हे सगळं-सगळं मला नवीन आहे.

डॉक्टर : डोंट वरी. मी आहे ना? बरं, काही विशेष खावंसं वाटतं का?

ती : होय. कच्च्या चिंचा खाव्याशा वाटतात. भाजलेली माती खावीशी वाटते.

डॉक्टर : जरासं सुस्तावल्यासारखं वाटतं का?

ती : होय. डोळे मिटून पडावंसं वाटतं. उठावं म्हटलं, तर सगळं शरीर आळसावल्यासारखं होतं. नुस्तं पडून राहावंसं वाटतं.

डॉक्टर : मनात कसली तरी हुरहूर लागल्यासारखं वाटतं का?

ती : होय. कसली तरी अनामिक हुरहूर लागली आहे.

डॉक्टर : आता यापुढं प्रकृतीला जपून राहिलं पाहिजे.

ती : होय डॉक्टर. प्रकृतीला जपलंच पाहिजे.

डॉक्टर : एकंदर लक्षणे लक्षात आली.

ती : (प्रश्नार्थक मुद्रेनं डॉक्टरांकडे बघते.) डॉक्टर?

डॉक्टर : (हसत-हसत खुशीत येऊन) मिसेस शृंगारपुरे, तुमच्यासाठी एक अप्रतिम आनंदाची बातमी आहे.

ती : मधेच बोलल्याबद्दल एक्सक्यूज मी. तुम्ही आता बोलल्याबद्दल आभारी आहे. पण आधी एक चूक दुरुस्त करा–

डॉक्टर : कसली चूक?

ती : तुम्ही आता मला म्हणालात ना– मिसेस शृंगारपुरे, तुमच्यासाठी एक आनंदाची बातमी आहे?

डॉक्टर : बरोबर आहे. आनंदाचीच बातमी आहे मिसेस शृंगारपुरे.

ती : डॉक्टर, मघापासून तुम्ही मला उद्देशून मिसेस शृंगारपुरे, मिसेस

शृंगारपुरे असं म्हणत आहात; परंतु मी मिसेस शृंगारपुरे नसून मिस् शृंगारपुरे आहे!

डॉक्टर : अरेच्या! असा प्रकार आहे काय? तर मग मिस् शृंगारपुरे, तुमच्यासाठी एक वाईट बातमी आहे. तुम्हाला दिवस गेले आहेत. तुम्ही योग्य वेळी एका बाळाची आई होणार आहात!

दोन घोटाळे

(तेच डॉ. धन्वंतरी यांचं हॉस्पिटल. रुग्ण स्त्रिया त्याच ओळीनं मांडून ठेवलेल्या खुर्च्यांवर बसलेल्या आहेत– डॉ. धन्वंतरींची वाट बघत. नुसतं बसून काय करायचं, म्हणून त्यांच्या गप्पागोष्टी सुरू आहेत.)

पहिली : काहीही म्हणा, डॉ. धन्वंतरींच्या हाताला गुण आहे. सगळं काही अगदी बरोबर सांगतात. मागच्या खेपेला घरातले सगळेजण म्हणत होते, पुन्हासुद्धा मला मुलगाच होणार. पण मला मुलगी पाहिजे होती. मी डॉक्टरांना विचारलं, ''डॉक्टर, मला मुलगा होणार की मुलगी?'' तेव्हा डॉक्टर हसत-हसत मला म्हणाले, ''तुम्हाला काय पाहिजे? मुलगा की मुलगी?'' तशी मी म्हणाले, ''डॉक्टर, या खेपेला मला मुलगीच पाहिजे.''

दुसरी : अहो, पण मुलगी महागात पडते. लग्नाच्या वेळी हिसका कळून येईल.

पहिली : त्याचाही मी विचार केला आहे. समोरच्या बिल्डिंगमधे मालूताई आष्टीकर राहातात. त्यांचा मुलगा आता दोन वर्षांचा आहे.

तिसरी : अय्या! तुम्हाला मुलगी व्हायच्या आधीपासूनच बालजावई बुक करून ठेवलात काय?

पहिली : त्याचं कारण आहे. लहानपणापासूनच माझी भावी मुलगी आणि मालूताई आष्टीकरांचा प्रसाद–

दुसरी : प्रसाद म्हणजे, कसला प्रसाद?

पहिली : प्रसाद म्हणजे नैवेद्य दाखवल्यानंतर जो असतो, तो नव्हे काही. हा प्रसाद म्हणजे मालूताईंचा दोन वर्षांचा मुलगा. त्याला मी माझ्या भावी मुलीशी खेळायला नेहमी बोलावणार. लहानपणापासूनच दोघांची गट्टी जमवून देणार.

तिसरी : मग पुढं काय होणार? लग्न करताना हुंड्याच्या पैशात पंचवीस

टक्के सवलत मिळेल काय?

पहिली : पंचवीस नाही काही; शंभर टक्के सूट! लग्नाला एक पैसाही खर्च होऊ देणार नाही.

दुसरी : म्हणजे, काय करणार आहात?

पहिली : मी माझ्या मुलीला प्रसादवर प्रेम करायला अगदी लहानपणापासूनच शिकवणार आहे. त्यामुळे लग्नाच्या वेळी हुंडा देण्याचा प्रश्नच येणार नाही. प्रसादचं माझ्या मुलीवर प्राणापलीकडे प्रेम बसेल. अशा अवस्थेत प्रसाद स्वत: हुंडा मागणार नाही आणि घरच्यांनाही कडाडून विरोध करील. त्यामुळे मला बिनखर्चाचा जावई मिळेल.

तिसरी : तुमची भावी मुलगी– नाव काय ठेवणार?

पहिली : भक्ती असं नाव ठेवणार आहे. भक्ती म्हटलं की, कसं आध्यात्मिक-आध्यात्मिक वाटतं!

दुसरी : भक्ती आणि प्रसाद यांच्या लग्नाला आम्हाला अवश्य बोलवा हं! निमंत्रणपत्रिकेत, 'कृपया आहेर आणू नयेत. आणल्यास नम्रतापूर्वक आणि आभारपूर्वक परत केला जाईल', असं छापणार आहात काय?

पहिली : ते अजून ठरलं नाही. आष्टीकरांकडली माणसं ठरवतील तसं करणार आहोत. पण तुम्ही लग्नाला मात्र नक्की, नक्क्की, नक्क्क्की यायचं बरं क?

तिसरी : आता आपण दुसरं काही तरी बोलू या. ह्यांच्या भावी मुलीच्या लग्नाला अजून खूप अवकाश आहे

दुसरी : मला आश्चर्य वाटतं की, डॉ. धन्वंतरींना मुलगा की मुलगी, हे आधीच कसं कळतं?

तिसरी : ते म्हणे, गर्भजल की कसलीशी परीक्षा न करताच सांगतात.

पहिली : तीच तर कम्माल आहे डॉक्टरांची!

दुसरी : मला तर वाटतं, डॉक्टरांच्या डोळ्यांत नैसर्गिकच एक्सरे कॅमेरा असावा. त्यामुळे पोटातलं मूल 'तो' की 'ती' हे कळत असावं.

पहिली : इश्श! भलतंच काय बोलता? असलं पारदर्शक बोलू नका. मला संकोचल्यासारखं वाटतं.

तिसरी : मलाहीपण सुद्धा देखील ऑल्सो संकोचल्यासारखं वाटायला लागलं आहे.

पहिली : डिलिव्हरी करावी तर डॉक्टर धन्वंतरी यांनीच. बरं का, डिलिव्हरी

झाल्याचं कळतसुद्धा नाही! मागल्या खेपेला मी आले होते ना, तेव्हाची गोष्ट. मी डॉक्टरांना विचारलं, ''आणखी किती वेळ लागेल?'' तेव्हा डॉक्टर हसत-हसत म्हणाले, ''पायाजवळच्या पाळण्यात बघा. राजकुमार अर्ध्या तासापूर्वीच आले आहेत!''

दुसरी : शिवाय फोर्सेप्स नाही, की सीझरिन नाही.

पहिली : डॉक्टर खरोखरच धन्वंतरी आहेत. म्हणून तर मी नेहमी इथंच येत असते.

तिसरी : ही कितवी खेप?

पहिली : सातवी. मिस्टर म्हणतात, ''आपलं अष्टपुत्रे आडनाव सार्थ झालं पाहिजे.'' आमच्या घराण्यानं आडनाव सार्थ केलं आहे. आणखी एकच कमी आहे. ते झालं की, मीही आडनाव सार्थ करणार आहे.

दुसरी : मग मात्र फुलस्टॉप ना? नाही तर पुढचं दशपुत्रे आडनाव धारण करायची पाळी येईल! बाकी काही म्हणा, जुनी घरं म्हणजे गोकुळ वाटायचं. चार-पाच अंगणात खेळतात, एक पाळण्यात आहे, एक मांडीवर आहे, एक पोटात आहे... घर कसं भरल्यासारखं वाटतं! 'घरात असता हसरे तारे, मी पाहु कशाला नभाकडे!'

तिसरी : नाही तर हल्लीचं कुटुंब! हम दो और हमारे दो, म्हणजे फक्त चौघांचं कुटुंब? कुठं चौदांचं कुटुंब आणि कुठं चौघांचं कुटुंब? चौकोनी कुटुंब म्हटलं की कसं, चौकोनी-चौकोनी वाटतं.

पहिली : खरं म्हणजे, हल्लीच्या दिवसांत नेहमी स्वत:ची चार-सहा मुलं हाताशी असणे आवश्यक आहे. हल्ली तुम्ही बघताच ना, जिकडे-तिकडे रांगाच लागलेल्या असतात. रेशनला लाईन, ह्याला लाईन, त्याला लाईन! प्रत्येक रांगेत एकेका मुलाला उभं केलं की, सगळे पटापट मिळते. आठ मुलं असली की आपल्याला रांगेत उभं राहावं लागत नाही. हाही एक मोठ्ठा फायदा आहे.

दुसरी : असंच करावं. एकाला रेशनच्या रांगेमध्ये पाठवावं, दुसऱ्याला रेल्वे-तिकिटाच्या रांगेत, तिसऱ्याला एस.टी. रांगेत, चौथ्याला दुधाच्या रांगेत, पाचव्याला बाजारात, सहाव्याला धाकट्याला आणायला– असं केलं की, घर कसं सुरळीत चालतं. श्रमविभागणीनं कामं छान होतात.

पहिली : घरात पुष्कळ मुलं असली की, कपड्यांचीही बचत होते. एक नंबरच्या मुलाचा शर्ट आणि चड्डी तोकडी झाली की, ते दोन

नंबरच्या मुलाला येतात. दोन नंबरच्या मुलाचे तोकडे कपडे तीन नंबरच्या मुलाला बरोबर येतात. त्यामुळे आमच्या घरात कोणताही कपडा वाया म्हणून जात नाही. कुणा ना कुणाला तरी तो येतो. म्हणून तर आम्ही आठ मुलांचं उद्दिष्ट डोळ्यांपुढं ठेवून गेली चौदा-पंधरा वर्षं कार्यरत आहोत. (अशा प्रकारच्या बिनबुडाच्या कसल्या कसल्या गप्पा सुरू असतानाच एक तरुण स्त्री हे सगळं शांतपणे ऐकत होती. तिला त्यात काहीही रस नव्हता. ती बहुधा नवीनच लग्न झालेली असावी. तिच्या चेहऱ्यावर थोडीशी काळजी, काहीशी अस्वस्थता दिसत होती. मधून-मधून ती हातातल्या घड्याळाकडे पाहत होती.)

पहिली : (त्या चौथ्या स्त्रीला) पहिलीच खेप वाटतं?

ती : (खाली मान घालून) होय!

दुसरी : अज्जिबात काळजी करू नका. तुम्हाला जर तिळं होणार असेल, तर ती आगामी तिन्ही बाळं बाळंतणीसह म्हणजे तुमच्यासह सुखरूप असतील. 'बाळ- (ळं) बाळंतीण खुशाल', हे इथलं परवलीचं वाक्य आहे.

तिसरी : आचार्य अत्रे असते तर ते म्हणाले असते, 'डॉक्टर धन्वंतरींसारखा गायनॉकॉलॉजिस्ट गेल्या दहा हजार वर्षांत झाला नव्हता आणि पुढच्या दहा हजार वर्षांत होणार नाही!'

पहिली : ही काळ्या दगडावरची रेघ आहे.

दुसरी : आचार्य अत्रे एकदा खंडाळ्याला भजी घेताना म्हणाले होते, इतकी उत्कृष्ट भजी गेल्या दहा हजार वर्षांत कुणी केली नव्हती!

तिसरी : तरीच 'गुलाम' पिक्चरमधे आमीर खान राणी मुखर्जीला म्हणाला की, 'आती क्या खंडाला?' (या तिघींची बडबड सुरूच होती. बडबड करून कंटाळा आल्यावर वटवट सुरू केली. बडबड आणि वटवट दोन्ही करून कंटाळा आल्यावर तोंडाची टकळी सुरू केली. पण चौथी तरुण स्त्री मात्र उत्कंठतेने घड्याळाकडे वारंवार पाहत होती. तिची अस्वस्थता वाढतच होती. इतक्यात एक टिपटॉप पोषाखातला, दिसायला हँडसम प्लस स्मार्ट तरुण हातामध्ये ब्रीफकेस घेऊन, बुटांचा टाप्-टाप्-टाप्, टाप्-टाप् आवाज करत तडक आतल्या खोलीमध्ये गेला. पाठोपाठ ती अस्वस्थ, अधीर तरुणीसुद्धा आत गेली. स्वत: होऊन तपासायच्या टेबलावर उताणी निजलीसुद्धा.)

काही नाटुकली ☺ ५९

ती : कधीपासून तुम्ही येण्याची वाट बघतेय. मला लवकर तपासा. मी फार अस्वस्थ झाले आहे. (तपासणं सुरू झालं. त्यांनी स्टेथॉस्कोप लावून तीन-चार ठिकाणी तपासलं. पोटावर टिचक्या मारल्या. डोळे बघितले. श्वास जोरात घ्या, सावकाश सोडा वगैरे वगैरे बरंच काही केलं. ताप आहे का, ते थर्मामीटर लावून बघितलं. जीभ तपासली. तपासून झाल्यावर ती उठून बसली.)

ती : डॉक्टर, खरंच का हो मला दिवस गेले आहेत? कारण माझ्या लग्नाला अजून सहा महिने अवकाश आहे. म्हणून काळजी वाटते हो डॉक्टर.

तो : दिवस गेले की नाही, हे मी सांगू शकत नाही. कारण त्याचं काय आहे– मी...

ती : डॉक्टर, तुम्ही काही तरी लपवून ठेवताय. पण काय असेल, ते खरं-खरं सांगा.

तो : आय ॲम सॉरी! मी खरंच सांगू शकत नाही.

ती : तुम्ही माझ्यापासून काही तरी लपवून ठेवताय. सांगा लवकर. मी मन घट्ट करून ऐकते. सांगा.

तो : (मख्खपणे) तुम्हाला दिवस गेलेत की नाही, हे मी खरंच सांगू शकत नाही. कारण मी डॉक्टर नाही!

ती : काय! डॉक्टर नाहीत तुम्ही? मग आहात तरी कोण?

तो : मेडिकल रिप्रेझेंटेटिव्ह आहे. आमच्या कंपनीचं नवीन औषध इंट्रोड्यूस करायला मी आलो आहे. त्यासाठी डॉक्टरांना भेटण्याकरिता मी आलो आहे.

ती : हे तुम्ही मला आधी का सांगितलं नाहीत? आणि तुम्ही डॉक्टर नसताना मला कसं काय तपासलंत?

तो : मी कोण आहे, कशासाठी आलोय, हे सांगण्याची संधीच तुम्ही मला दिली नाहीत; तर मग मी कसं काय सांगणार? त्यातून, तपासून घेण्याची तुम्हाला भारीच घाई झाली होती. अशा तंग आणि अडचणीच्या वेळी तुमच्यासारख्या (तिच्याकडे आपादमस्तक न्याहाळत, तिचं सौंदर्य पाहत) स्त्रीनं तपासण्याचा आग्रह आणि घाई केल्यावर नकार देणं मला अवघड वाटलं. म्हणून मी तुम्हाला खोटं-खोटं तपासलं. डॉक्टर आले की तुम्हाला खरं-खरं तपासतील. ते तुम्हाला नेमकं काय आहे, ते सांगतील.

तिसरी : अय्या! असा घोटाळा झाला होय?

तो : घोटाळा झाल्याशिवाय का कुणी एवढ्या घाईनं येतं?

दुसरी : हल्लीच्या तरुण स्त्रिया काय करतील ते सांगता येत नाही. आता कसला घोटाळा केला?

तो : अहो, हा घोटाळा नंबर दोन आहे. नंबर एकचा घोटाळा नेमका किती महिन्यांपूर्वी झाला, हे अजून कळायचंच आहे. डॉक्टर धन्वंतरी आले म्हणजे, नंबर एकच्या घोटाळ्याला सध्या कितवा महिना आहे, ते सांगतील.

जखमी कवी

(डॉ. वाग्भट यांचा दवाखाना. डॉक्टर एकेका रुग्णाला तपासण्यासाठी आत बोलावत आहेत. दोन-तीन जणांना तपासून झाल्यावर आणखी एकाला बोलावतात. आतल्या केबिनमध्ये डॉक्टर आणि हा पेशंट दोघे बसले आहेत.)

डॉक्टर : तुम्ही व्यवसाय काय करता?

रुग्ण : मी कवी आहे. कविता करतो. माझं काव्य म्हणजे साक्षात ज्वालामुखी असतं, तर तेच काव्य कधी हिमशीतल असं असतं.

डॉक्टर : अरे वा! कमाल आहे! ज्वालामुखी होणं आणि हिमशीतल होणं– दोन्ही तुम्हाला कसं काय जमतं?

कवी : कवी हा सर्वशक्तिमान असतो. मनात आणलं, तर तो हिमालय पर्वत गदागदा हलवू शकतो; तर पुन्हा मनात आणलं तर, पूर्वी अगस्तीनं समुद्र प्राशन केला होता त्याप्रमाणेच मीही संपूर्ण पॅसिफिक महासागर प्राशन करू शकतो. माझं सामर्थ्यच तसं आहे.

डॉक्टर : कविमहाराज, तुम्ही आणखी काय काय करू शकता?

कवी : बरंच काही करू शकतो. आकाशामधलं ते अजस्त्र इंद्रधनुष्य–मी त्याची क्षितिजाला टेकलेली दोन्ही टोकं दोन हातांत धरून, ती टोकं आणखी वाकवून इंद्रधनुष्याचं पूर्ण वर्तुळ करून दाखवीन. असलं अचाट सामर्थ्य माझ्या अंगी आहे!

डॉक्टर : हे तुमचे सगळे अचाट शक्तीचे प्रयोग होतात तरी कुठं? मला माहिती सांगा ना–

कवी : माझ्या प्रचंड सामर्थ्याचे सगळे प्रयोग माझ्या चार-चार ओळींच्या एका कवितेत होत असतात. एका कवितेत मी म्हटलं आहे,

काही नाटुकली ☺ ६१

मी पाचही महासागर
एका घोटात पिऊन टाकतो.
पृथ्वीच्या वेगानं पृथ्वीभोवती
प्रदक्षिणा घालतो–
चंद्राच्या हातात हात घालून.

डॉक्टर : कमाल आहे! आज मला एका सर्वशक्तिमान महामानवाचं दर्शन झालं आहे.

कवी : डॉक्टर, हे तर काहीच नाही. मी एका चार-सहा ओळींच्या कवितेत डायरेक्ट परमेश्वरासच चॅलेंज दिलं आहे. त्या कवितेत मी म्हटलं आहे,

विश्वाचा एवढा प्रचंड पसारा
सांभाळता येत नाही तर
निर्माण कशाला केलास?
आता तुझं वय झालं आहे;
तू रिटायर हो.
रिटायर होताना विश्वाचा चार्ज
माझ्याकडे हँडओव्हर कर.
मग बघ!
विश्व कसं सुरळीत चालतं ते.

डॉक्टर : कविराज, माझं भाग्य थोर, म्हणून तुमच्यसारख्या प्रतिपरमेश्वराचं दर्शन मला आज झालं आहे. खरोखर धन्योस्मि, धन्योस्मि, धन्योस्मि!

कवी : कवी हा द्रष्टा असतो. सगळा भविष्यकाळ त्याला सध्याच्या वर्तमानकाळासारखा स्पष्ट दिसतो आणि अनादिकाळापासूनचा भूतकाळ संपूर्ण आठवतो.

डॉक्टर : ही तर कमालीच्या बाहेरची कमाल आहे! तुम्ही याशिवाय कसल्या कविता करता?

कवी : प्रेमकवितासुद्धा करतो.
माझ्या गुलाबाच्या पाकळ्या
अर्धा किलो साखर तुझी
मिळून करू आपण
आपल्या प्रेमाचा गुलकंद.

डॉक्टर : छान! गुलकंद तयार करण्याचा व्यवसाय का करत नाही? हेच नाव

द्यायचं– प्रेमाचा गुलकंद.

कवी : जातिवंत प्रेमकवी गुलकंद विकण्याचा धंदा करत नसतो. तो फक्त गुलकंद तयार करतो; प्रेमाचा गुलकंद. प्रेमाचा गुलकंद खाल्ला की, प्रेमच प्रेम! हिच्यावर प्रेम, तिच्यावर प्रेम!

डॉक्टर : कविमहाराज, मी आज धन्य-धन्य-धन्य झालो. आपल्यासारख्या विराट व्यक्तिमत्त्व असलेल्या महान विभूतीस मी एक छोटासा प्रश्न विचारू इच्छितो. तुमचं आगमन इथं का झालं, हे मला कळेल का?

कवी : काम आहे, म्हणूनच आलो आहे.

डॉक्टर : साक्षात व्यास-वाल्मीकी महोदय, आपल्या भालप्रदेशाच्या किंचित वर आणि शिरकमलाच्या किंचित् खाली ही कसली जखम आहे, हे ह्या पामरास कळेल का?

कवी : ओहोहो! ही जखम नाजूक हाताने माझ्या दिशेनं टाकलेल्या गुलाबाच्या फुलामुळे झाली आहे.

डॉक्टर : कमाल आहे. केवळ फूल कपाळावर पडल्यामुळे आणि तेही नाजूक हाताकडून– एवढी रक्तबंबाळ होण्याइतपत जखम होते, ही विलक्षण गोष्ट आहे! असं कसं झालं?

कवी : डॉक्टर, सर्व काही सांगतो. मी तिच्यावर कविता रचली होती. ती गाऊन दाखवत तिच्या घराजवळच्या रस्त्यावर उभा होतो. माझं प्रेमरसानं परिप्लुत असं ते गीत श्रवण करण्याकरिता माझी साता जन्मांची साथीदारीण, माझ्या हृदयाची राणी, अशी ती– घरातून गॅलरीत आली. ती दुसऱ्या मजल्यावर राहते. तिनं एकदा माझ्याकडे पाहिलं आणि एकदा गुलाबाच्या फुलाकडे पाहिलं.

डॉक्टर : अरे वा! पोरगी प्रसन्न झाली वाटतं?

कवी : होय ना! मी तिच्यावर केलेल्या काव्यामुळे ती खूष झाली. तिनं गुलाबाचं फूल माझ्याकडे खाली टाकण्याचं ठरवलं.

डॉक्टर : गुड! एक प्रेयसी, हृदयेश्वरी गुलाबाचं फूल तुमच्याकडे तिसऱ्या मजल्यावरून नेम धरून टाकत आहे, हा खरोखरच हेवा वाटण्यासारखा प्रसंग होता.

कवी : होय ना? मी तर देहभान हरपून गेलो होतो. तिनं गुलाबाचं फूल नेम धरून माझ्या शिरकमलावर अलगद टाकलं. त्या गुलाबाच्या फुलामुळे मला ही जखम झाली. रक्त आलं.

डॉक्टर : कविराज, एक छोटीशी शंका आहे. तुमच्या प्रेयसीनं–

कवी : नुस्ती प्रेयसी कसं म्हणता? प्रेमदेवता म्हणा.

डॉक्टर : बरं, प्रेमदेवता म्हणतो. तिनं केवळ गुलाबाचं फूल डोक्यावर पाडल्यामुळे डोक्यातून रक्त वाहू लागलं, हे जरा अतिशयोक्तीचं वाटतं.

कवी : ते गुलाबाचं फूल कुंडीसह तिनं माझ्याकडे टाकलं होतं!

निष्पाप, निरागस

(दारावर 'डॉ. परोपकारी' अशी पाटी आहे. रात्रीचे दोन वाजले आहेत. निष्पाप, निरागस असा खेडवळ म्हादबा– साधारण तीस-पस्तीस वर्षांचा. पोषाख गावंढळ. घाटावरच्या कोल्हापुरी, सातारी माणसासारखा साधारण दिसणारा म्हादबा तिथे डॉ. परोपकारी यांच्या घराच्या दारावरची बेल वाजवतो. डॉ. परोपकारी डोळे चोळत दार उघडतात.)

डॉक्टर : कोण आहात तुम्ही? रात्रीच्या दोन वाजता येऊन माझी झोपमोड कशासाठी केलीत? बाहेर मुसळधार पाऊस कोसळतोय. भलत्या वेळी कसलं काम काढलंय?

म्हादबा : (नम्रपणे) डॉक्टरसाहेब, माफ करा. रात्रीचे दोन वाजले आहेत याची मला कल्पना हाय. तुमची झोपमोड झाली, त्यापायी मी सॉरी म्हणतो. घरात लई एक्सप्रेस आणि जंक्शन अडचन एकदम सुरू झालीय. म्हनूनशान मी तुम्हास्नी त्रास देतोय.

डॉक्टर : कसली एक्सप्रेस अडचण आणि कसली जंक्शन अडचण? कुठलेही शब्द कुठंही वापरता! त्याला काही अर्थ आहे का?

म्हादबा : समदं कंप्लीटमदी सांगतो. शहरातली माणसं त्याला डिटेल म्हनत्यात आणि आम्ही गावाकडली माणसं कंप्लीट म्हनतो.

डॉक्टर : काय काम आहे, ते सांग. एक्प्रेस जंक्शन, कंप्लीट, डीटेल–काय हे? किती इंग्लिश शब्द? कामाचं बोल.

म्हादबा : मी माझ्या खेड्यातनं आलोय. थोडं एसटीमधून, थोडं ट्रकमधून, थोडं ट्रॅक्टरमधून– जमंल त्या व्हानातून इथं कसाबसा येऊन पोहोचलो.

डॉक्टर : अहो, कामाचं काय ते बोला. मुद्द्याला या. पाल्हाळच फार लावता. कोणत्या का वाहनांनी आलात ना? पुढं कामाचं काय, ते लवकर सांगा.

म्हादबा : मी खेड्यातून आलो हाय. गावाचं नाव हाय बुगडीवाडी. आदुगर हे

गाव सातारा जिल्ह्यात होतं. 'बुगडी माझी सांडली गं जाता साताऱ्याला' हे गानं आमच्या गावावरनं लिवलंय. आता हे गाव सांगली जिल्ह्यात घातलंय.

डॉक्टर : तुमचं नाव काय?

म्हदबा : म्हादबा कोरफडे.

डॉक्टर : अहो म्हादबा कोरफडे, तुम्ही कशाला आलात ते अजूनही सांगितलं नाहीत?

म्हादबा : अरं तिच्यायला! ह्यो घोळ होऊन बसला काय? आता रातच्या दोन वाजता अशासाठी आलो आहे की, माझी बायको लक्ष्मी, तिकडे गावमंदी लई आजारी आहे. पहिल्यांदा आजारी होती, मग गरोदर झाली. पण पुन्हा ती गरोदर झाल्यावर आजारी पडली. आता या घडीला तिच्या पोटामंधी लई-लई दुखायला लागलंय. म्हनून तुम्हास्नी घेऊन जायला आलो हाय.

डॉक्टर : ठीक आहे. माझा व्यवसायच असा आहे. मी डॉक्टरकी करतो ती सेवावृत्तीनं. मी आल्यानं तुझ्या बायकोचं बाळंतपण पार पडून तीही वाचली, तर मला आनंद वाटेल. चल, मी माझी गाडी काढतो.

म्हादबा : डॉक्टर, भायेर मुसळधार पाऊस पडतोय. समदीकडे पानीच पानी झालंय. रस्ता बी खराब हाय. माझं गाव इथून वीस किलोमीटर लांब आहे. इतकं समदं असून बी, नो प्रॉब्लेम म्हनत तुम्ही येताय. तुमचे उपकार या जन्मी फिटनार न्हाईत. तेवढ्यासाठी म्होरला जन्म घ्यावा लागंल.

डॉक्टर : ते नंतर बघू. चल, बैस गाडीत. पण एक मात्र लक्षात ठेव. डॉक्टरकी ही सेवा असली तरी तो माझा पोटापाण्याचा व्यवसायही आहे. सगळे पैसे लगेच द्यायचे बरं का– तुझ्या बायकोची डिलिव्हरी सुखरूप पार पडल्यावर.

म्हादबा : डॉक्टरसाहेब, हे बोलणं झालं काय? तुमचे पैसे बुडवल्यावर माजी डायरेक्ट नरकात ट्रान्सफर व्हईल की! परवाच कुनी तरी म्हनालं होतं की, नरकात लै जागा खाली हायेत. 'वरती मानूस आला रे आला की डायरेक्ट मुक्काम पोष्ट नरक!

डॉक्टर : तसं नाही म्हादबा. खेड्यातले लोक गरीब असतात. साने गुरुजी म्हणायचे, "खेड्यामधल्या माणसांची मनं गंगेच्या पाण्याप्रमाणे स्वच्छ, पारदर्शक, पवित्र आणि महन्मंगल असतात." तूसुद्धा

काही नाटुकली ☺ ६५

तसाच असशील.

म्हादबा : डॉक्टर, माझा बा मला नेहमी म्हणायचा– म्हाद्या, जीव गेला तरी चालेल, पन मरन्या आदुगर कुणाची बी एक पैशाची बी उदारी ठिवून मरू नकोस. डॉक्टर, पैशांची काळजी करू नका. समदे पैसे एक रकमी कॅश!

(गाडी सुरू आहे. बोलणं सुरू आहे.)

डॉक्टर : अजून किती लांब आहे तुझं गाव?

म्हादबा : ह्ये आलंच म्हना की! आणखी दहा मिनिटं गाडी हानली की माझं गाव हाय. डाक्टरसाहेब, बायकोला समदे उपाय करा. नीट तपासा, दंडाला पट्टी दाबून नापी बघा, भारी-भारी इंजेक्शनं द्या, औषधं अमेरिकेतली द्या. देशी औषधात भुस्कट असतं म्हने.

डॉक्टर : म्हादबा, डॉक्टर कोण आहे? मी की तू?

म्हादबा : हे काय इचारनं झालं? तुम्हीच!

डॉक्टर : मग, भारी इंजेक्शन द्या, अमेरिकन औषधं द्या– असला सल्ला तूच डॉक्टर असल्यासारखा मला देत आहेस.

म्हादबा : डॉक्टर, चुकीच्या माफीबद्दल सॉरी असावी. च्यायला! पावसानं बी काय जोर धरलाय! पानीच पानी झालंय. डॉक्टर, गाडी जपून चालवा. झेड पी बी अशी हाय की, धा-धा वर्सं झालं तरी रस्त्यातले खड्डे बुजवत न्हाई. लई चाप्टर मानसं आमच्या झेडपीमंदी निवडून गेले हायेत. (गाडी म्हादबाच्या घरापुढं थांबते. पाऊस सुरूच आहे.)

म्हादबा : डाक्टरसाहेब, मी एकटाच उतरतो. ह्यो पाऊस बघा कसा धो-धो-धो पडतोय. तुमचे समदे कपडे भिजून जातील. तुम्ही काय करा– गाडीतच बसा. तुमची छत्री मला द्या. मी घरातून आणखी एक छत्री आनतो. (डॉक्टर छत्री देतात. म्हादबा आणखी एक छत्री घेऊन येतो.)

म्हादबा : डॉक्टरसाहेब, ही तुमची छत्री घ्या. लई ओली चिंब झालीय. बंद करून तिथंच कुठं तरी ठेवून द्या.

डॉक्टर : अरे, तुझ्या छत्रीत आपण दोघे आणि माझी औषधोपचाराची बॅग, सगळं कसं मावणार?

म्हादबा : डॉक्टरसाहेब, तुम्ही उतरू नका. म्हंजे बॅगबी खाली येनार न्हाय.

डॉक्टर : म्हादबा, मी खाली न उतरून कसं चालेल? तुझी बायको बाळंत होऊ घातलीय; मला आलंच पाहिजे. केस सिरियस असताना मी

पाऊस आहे म्हणून गाडीतच बसून कसं काय चालेल?

म्हादबा : डॉक्टरसाहेब, नका उतरू. गाडी तुमच्या गावाकडे परत फिरवा.

डॉक्टर : म्हणजे? हा काय प्रकार आहे?

म्हादबा : (चेहऱ्यावर खोटा अपराधी भाव आणून) माफ करा डॉक्टरसाहेब. बायकोचं पोट लई दुखतंय, बाळंत होतीय– ही जी ष्टोरी मी मघाशी तुम्हाला सांगितली व्हती ना, ती ष्टोरी कंप्लीट खोटी हाय. बोगस हाय.

डॉक्टर : हा काय प्रकार आहे? आता मला लुटणार आहेस काय?

म्हादबा : न्हाय! अजिबात लुटनार न्हाई. तसली गँग बी आमच्या गावात हाय, पन मी त्या गँगचा मेंबर झालो न्हाय.

डॉक्टर : पण खोटं बोलून तू मला इथं का आणलंस आणि आल्या-आल्या परत जायला का सांगतोस?

म्हादबा : आता खरं काय झालं, त्ये सांगतो. त्या अगोदर, ठरल्याप्रमाणे तुमची पंचवीस रुपये व्हिजिट फी घ्या. मानसानं येव्हाराला नेहमी चोख असावं, असं माझा बा मला नेहमी सांगायचा. म्हनून आधी पंचवीस रुपये घ्या.

डॉक्टर : इथं पेशंट नसताना आणलंस कशाला?

म्हादबा : सांगतो. माझा बा नेहमी म्हनायचा, पहिल्यांदा खोटं बोललं तरी नंतर काय ते खरं सांगावं; म्हणजे पाप लागत नाही.

डॉक्टर : तुझं पापविनाशक खरं कारण काय ते सांग.

म्हादबा : त्याचं काय झालं डॉक्टरसाहेब– तुमच्या गावात गुलबक्षी सातारकरीण हिचा फर्मास तमाशा चालू हाये. त्यो बघायला आलो होतो. तमाशा उशिरा सुटला. शेवटची एस.टी.बी निघून गेलती. रिक्षावाल्याला इचारलं तवा रिक्षावाला म्हनाला, "फाइव हंड्रेड रुपये नुस्ते जायचे. परतीचं अर्ध भाडं अडीचशे रुपये निराळे!" मी म्हनालो, "न्हाऊी जमायचं! वीस किलोमीटरचे साडेसातशे रुपये म्हंजे भाडं म्हनायचं की भाडं घेनाऱ्याला भाडखाऊ म्हनायचं?"

डॉक्टर : दुसऱ्या वाहनानं जायचं.

म्हादबा : त्येच मी सांगतोय. दुसरं वाहन बघत होतो. बैलगाडीवाला म्हनाला, "नगद अडीचशे रुपये आधी द्या; लगेच बैल जुपतो गाडीला." मी मनात म्हणालो, "भ.. टिंब टिंब, भो-... टिंब, टिंब, भो...टिंब टिंब! तुझ्या बापानं ठेवलेत अडीचशे रुपये!" टॅक्सीवाल्याला

इचारलं तर, "परतीचं रिकामं भाडं धरून वट्टात एक हजार रुपये द्या, लगेच हॉर्न वाजवतो." रिक्षा झाली, बैलगाडी झाली, ट्याक्षी झाली. साले समदे मा...टिंब टिंब, टिंब टिंब, आहेत. काय करावं, या इचारानं मी रस्त्यानं चाललो व्हतो.

डॉक्टर : पण माझ्याकडे कसा काय आलास?

म्हादबा : चालता-चालता इचार करत व्हतो. एवढ्यात आबाळात ईज चमकली. त्या उजेडात घरावरचं येक नाव दिसलं, 'डॉ. परोपकारी.'

डॉक्टर : अच्छा! बरं, मग पुढे काय झालं?

म्हादबा : देवानंच तुमच्या नावाच्या पाटीवर ईज चमकवली. लगेच माझ्या टकुऱ्यात बी एक फर्मास, नंबर वन आयडिया चमकली. या बंगल्याचे मालक परोपकारी दिसतात. थोडासा ट्राय करून बघावं, असं मी मनाशी ठरीवलं.

डॉक्टर : काय ठरवलं?

म्हादबा : कुनी तरी घरात सीरियस हाय, अशी थाप मारून तुम्हाला न्यायचं. ठरीवल्याप्रमानं व्हिजीट फी द्यायची– त्यात लांडी- लबाडी करायची न्हाई- माझा बा मला म्हनायचा, "म्हाद्या, काय बी कर, पन लांडी-लबाडी करू नकोस. ठरल्यापरमानं पैसे देत जा."

डॉक्टर : खरं आहे बाबा! ठरल्याप्रमाणे माझ्या व्हिजीट फीचे पंचवीस रुपये तू दिलेस.

म्हादबा : डॉक्टरसाहेब, तुमच्यासारखे जंटलमन सभ्य मानसं हायेत म्हनून देश अजून तरी जमिनीच्या वर हाय. न्हाई तर, लबाड लोकांनी कदीच गाडून टाकला असता.

डॉक्टर : खरं आहे. मी, तू, तुझे वडील आणि आणखी एखाद दुसरा माणूस असे चार जंटलमेन सज्जन माणसं आहेत म्हणून देश आहे तरी.

म्हादबा : डॉक्टरसाहेब, कसं लाखातलं बोललात! हल्ली जो उटतो तो 'जन्ते'ला लुटतो, पब्लिकला लुटतो. समदे जन जनतेला पिळून काढतात. आपुन निस्तं बोलून काय व्हनार?

डॉक्टर : खरं आहे. तुझ्यासारखा एकुलता एक सज्जन माणूस कुठं कुठं पुरा पडणार?

म्हादबा : जंटलमन मानसालाबी कदी कदी खोटं बोलावं लागतं. धर्मराज बी खोटं बोल्ला व्हता– "अश्वत्तामा ग्येला." येवढंच मोघम बोलला होता. नडी-अडीला एक बार खोटं बोललं तर चालतं, असं माझा

बा म्हनायचा. म्हनून मी बायकोचं पोट लै दुखतंय, बाळंत होतेय, लौकर चला– असं खोटंच तुम्हाला सांगितलं. त्या टायमापासून आतापर्यंत मी पुन्हा दुसऱ्यांदा खोटं बोललो नाही. एका टायमाला एकदाच खोटं बोलायचं. म्हनून मी तुमच्याशी खोटं बोललो व्हतो.

डॉक्टर	:	तो बकरा मी सापडलो वाटतं?
म्हादबा	:	डॉक्टरसाहेब, माझ्या तोंडानं मी तुम्हाला बकरा म्हननं शोभून दिसनार न्हाय. काही झालं तरी तुम्ही मोठे यम्बी ब्येस डॉक्टर आहात.
डॉक्टर	:	पण नेमका मीच कसा काय मिळालो?
म्हादबा	:	तुमच्या नावाची पाटी वाचली. मनात इचार केला– डॉक्टर नक्की नावाला जागनारा असेल. म्हनून तुम्हाला झोपेतून उटवलं.
डॉक्टर	:	हे माझे 'परोपकारी' आडनाव मला नेहमीच खड्ड्यात घालतं.
म्हादबा	:	तुम्हाला भेटलो तेव्हा पहिल्या छूट तुमचा व्हिजिट फीचा रेट काय आहे, हे काढून घेतलं. रिक्षा-ट्याक्षीच्या मानानं ड्याम चीप वाटला, म्हनून तुम्हालाच नेलं. डॉक्टरसाहेब, तुमच्यासारखी परोपकारी मानसं हायेत म्हनून जग चाललंय.
डॉक्टर	:	परोपकारी गाढव म्हण.
म्हादबा	:	मी तसं म्हननं, लहान तोंडी मोठा घास घेतल्यासारखं व्हईल. बरं आहे डॉक्टरसाहेब, तसदीबद्दल माफी असावी!

■■■

सहा

बारा तास आधी

भास्कर भिंगारकर हा माझा सख्खा मित्र आहे. हा झाला त्याचा एका वाक्यात परिचय. भास्कर भिंगारकर तसा तुमच्या-आमच्यासारखा सर्वसाधारण मध्यमवर्गीय माणूस आहे. राजकीयदृष्ट्या असली मध्यमवर्गीय माणसं उपेक्षित असतात. राजकारणी लोकांना गरीब माणसं आणि अल्पसंख्य जमातीची माणसं आवडत असतात. कारण हे सगळे व्होट बँकेचे शेअर होल्डर्स असतात. म्हणून त्यांना अनेक सवलती सुंदर-सुंदर हेतूंची लेबलं लावून बहाल केल्या जातात. मध्यमवर्गीय माणूस शिकला-सवरलेला असतो. म्हणून तो स्वत: नीट विचार करून त्याला योग्य वाटणाऱ्या व्यक्तीला आपलं मत देतो. त्यामुळे त्यांची राजकीय दृष्ट्या कुचंबणा होत असते. कुठल्याच सवलतीत तो बसत नाही. म्हणून त्याला इन्कम टॅक्सही भरावा लागतो, मुलांची फीही भरावी लागते. त्याला फुकट काहीही मिळत नाही. भास्कर भिंगारकर या वर्गाचा प्रतिनिधी होता. सहनशीलता हा त्याचा स्थायी स्वभाव असतो. त्याचा म्हणजे, मध्यमवर्गीय माणसाचा. भास्कर भिंगारकर सध्याच्या वातावरणानं आणि परिस्थितीनं पार पिचून गेला होता. काही तरी करावं, अगदी निराळं काही तरी करावं, असं त्याला एकसारखं वाटत होतं. पण निराळं-निराळं म्हणजे काय, हा प्रश्न त्याला पडला. त्यावर त्यानं खूप विचार केला. शेवटी निराळा मार्ग सापडला.

पुराणकाळानंतर देवांची पृथ्वीवरील ये-जा कमी होत गेली. गेल्या काही शतकांत तर देवांनी साकार रूपामध्ये पृथ्वीवर येणं, प्रत्यक्ष भेटून मनुष्याशी बातचित करणं सोडूनच दिलं आहे. त्यामुळे देव आणि मनुष्य यांच्यामध्ये काळाची मोठी दरी निर्माण झाली आहे. या दरीची रुंदी दिवसेंदिवस वाढतच चालली आहे. देवांशी संपर्कच तुटला आहे. हे भास्कर भिंगारकरला प्रकर्षानं जाणवलं. हा संपर्क आपण पुन्हा साधावा (किंवा सांधावा), असं त्याला वाटलं. परंतु त्यासाठी तपश्चर्या

हे माध्यम लागतं. तपश्चर्या खूप वर्षं करत बसावं लागतं, हे त्याला माहीत होतं. केला फोन की आला देव, असं होत नाही. पृथ्वीवर येण्याच्या बाबतीत देव फार ताणून धरतात, हे त्याला माहीत होतं. बाळ ध्रुव पाच-सहा वर्षांचं लहान लेकरू; पण त्यालासुद्धा अरण्यात सॉलिड तपश्चर्या करावी लागली होती, तेव्हा कुठं त्याला देव प्रसन्न झाला.

तपश्चर्येला पर्याय नाही, हेही भास्करला माहीत होतं. म्हणून आपण एखादी शॉर्ट टर्म अशी मिनी-तपश्चर्या करावी, असं भास्कर भिंगारकरनं ठरवलं. मुंबईमध्ये पारंपरिक पद्धतीचं एकही वृक्षारण्य नाही; आहेत ती सगळी बिल्डिंगारण्यं, झोपडपट्ट्यारणं, क्राँक्रीटारण्यं. म्हणून त्यानं महिनाभर गावी जाऊन राहण्याचं ठरवलं. तिथं नदीपलीकडे पन्नास-साठ झाडांचे एक लघुअरण्य आहे. तिथं बसून महिनाभर तपश्चर्या करत बसायचं. देव तेवढ्या काळात प्रसन्न झाला, तर उत्तमच; पण नाही प्रसन्न झाला, तर महिन्याची रजा संपल्यावर मुंबईला परत यायचं आणि कामावर रुजू व्हायचं, असं त्यानं ठरवलं. अर्नड लीव्ह बरीच शिल्लक होती. त्यातून एका महिन्याची रजा काढून भास्कर भिंगारकर गावी गेला.

तिथं गेल्यावर त्यानं तपश्चर्येचं वेळापत्रक तयार केलं. सकाळी साडेसातला सायकलवरून निघायचं, ऑफिसला जाताना पो. भा. चा डबा (पोळी-भाजीचा डबा) असतो ना, त्या डब्यात दुपारचं जेवण घ्यायचं, एक वॉटरबॅग घ्यायची आणि अरण्यात जाऊन आठ वाजता तपश्चर्या सुरू करायची. बारा वाजता लंच अवर. जेवण उरकून थोडा आराम करायचा आणि एक ते पाच पुन्हा तपश्चर्या करून सायकलवरून घरी परत यायचं. एक तारखेला तो एका झाडाखाली तपश्चर्येला बसला. त्या क्षणी त्याच्यापुढं एक महत्त्वाचा प्रश्न उभा राहिला. तपश्चर्येच्या वेळी कोणत्या देवाच्या नावानं जप करायचा? थोडासा विचार करून त्यानं शंकराची तपश्चर्या करायचं ठरवलं. शंकर लवकर संतुष्ट आणि प्रसन्न होतो, हे त्याला माहीत होतं. म्हणून तर शंकराला आशुतोष असं म्हणतात. (आशु म्हणजे लवकर आणि तोष म्हणजे तोष, संतोष पावणारा.) त्या मानानं विष्णू उशिरा प्रसन्न होतो. त्यानं जपाचा मंत्र ठरवला. 'ॐ आशुतोषाय नम:' हा मंत्र जपत तपश्चर्या सुरू केली. दुपारी ऑफिसच्या सवयीप्रमाणे लंच अवर सुरू झाला. पोळी-भाजीचा डबा उघडून जेवण उरकलं. थोडीशी वामकुक्षी घेतली आणि पुन्हा तपश्चर्येला बसला. पाचला त्या दिवशीची तपश्चर्या संपवून भास्कर सायकलवर टांग मारून घरी परतला. असं महिनाभर केलं.

तीस तारीख आली. रजेचा आणि तपश्चर्येचा तो शेवटचा दिवस होता. दुपारच्या सत्रात भास्करनं जरा जोरात जप सुरू केला. बरोबर साडेचार वाजता

साक्षात भगवान श्री शंकर चक्क भास्कर भिंगारकरापुढं येऊन उभा राहिला आणि म्हणाला, ''वत्सा भास्कर, डोळे उघड. मी प्रसन्न झालो आहे. वरं ब्रूहि!''

भास्करनं डोळे उघडून पाहिलं, तर खरोखरच शंकर उभा होता! प्रथम त्याचा त्याच्या डोळ्यांवर विश्वासच बसेना. पण ती वस्तुस्थिती होती.

''देवा, तू एवढ्या लवकर कसा काय संतुष्ट होऊन प्रसन्न झालास?'' भास्करानं विचारलं.

''म्हणून तर मला आशुतोष असं म्हणतात.'' शंकर म्हणाला, ''बोल, तुला कसला वर पाहिजे?''

''देवा, मला अशी काही तरी दिव्य शक्ती दे– जेणेकरून मला सर्व मानव-प्राण्यांपेक्षा एखादं अतीन्द्रिय ज्ञान प्राप्त होईल.''

''तथास्तु!'' शंकर म्हणाला, ''जगात कुठंही, काहीही भविष्यात घडणारी एखादी घटना असो; त्या भावी घटनेचं ज्ञान तुला बारा तास आधीच घडत जाईल. तू मनात ती घटना स्मरायची आणि डोळे झाकून बसायचं. लगेच, आणखी बारा तासांनी काय घडणार आहे, याचं पूर्वज्ञान तुला होईल. तुझ्या या अलौकिक ज्ञानामुळे तुला खूप प्रसिद्धी मिळेल आणि अपार द्रव्यप्राप्ती होऊन तू आणि तुझ्या पुढच्या सात पिढ्यांचं दारिद्र्य कायमचं मिटेल. जा वत्सा! परत कामावर रुजू हो!'' असं म्हणून शंकर अंतर्धान पावला.

भास्कर भिंगारकर मुंबईला परत आला. दुसऱ्या दिवसापासून तो ऑफिसला जायला लागणार होता.

भास्करला वाटलं, 'बारा तास आधी'ची थोडी प्रचीती तरी घेऊन पाहू. म्हणून रात्री अकराच्या सुमारास आपल्या ऑफिसचं चिंतन केलं. लगेच अंत:चक्षूंपुढं ऑफिस आलं. पण– पण काय? खाकी गणवेषातले दोन-तीन पुरुष साहेबांची झडती घेत आहेत आणि दहा लाख रुपयांची अफरातफर केल्याबद्दल त्यांना धरून नेलं आहे, हे द्वादशतासोत्तर दृश्य पाहून भास्कर हबकलाच. नेहमी धुतल्या तांदळासारखं शुद्ध चारित्र्य आहे, असा दिसणारा साहेब दहा लाख रुपये हडप करून बसला आहे? कमाल आहे! भास्करनं हे 'बारा तासोत्तर' मनातच ठेवलं. कुणालाही तो बोलला नाही. आधी काय घडतंय ते पाहू या, असं त्यानं ठरवलं.

भास्कर दुसऱ्या दिवशी सकाळी दहा वाजता ऑफिसात गेला. साहेब आले. साहेब नेहमीच्याच रुबाबात होते. याला फायर कर, त्याला दम भर, त्याला मेमो दे, ह्याला इंग्लिशमधून शिव्या दे– हे रोजचं उरकून काम करत बसले. थोड्या वेळानं ते केबिनबाहेर आले. एका कारकुनाला एक कागद दाखवत म्हणाले, ''ए बैलोबा, हा कागद माझ्याकडे सहीसाठी कशाला पाठवलास? या पार्टीनं त्यासाठी तुला

पंचवीस रुपये दिले की पन्नास रुपये? बोल ना, यू ब्लडी फूल! रास्कल! या ऑफिसात कुणीही एका पैशाचीही लाच घेतलेलं मला आवडत नाही किंवा कामाबद्दल टक्केवारीनं पैसे घेणं आवडत नाही. ए गेंड्या, लक्षात ठेव, यू डाँकी! तुला सस्पेंड करीन... तुझी इन्कावयरी करीन... तुला कामावरून काढून टाकीन-'' अशा एकापाठोपाठ एक भीष्मघोषणा करत तिथं उभे होते. त्या वेळी बरोबर अकरा वाजले होते.

अकरा वाजले म्हणजे बरोबर बारा तास पूर्ण झाले. भास्कर त्या दिव्य क्षणाची उत्सुकतेनं वाट पाहत होता न होता तोच खाकी गणवेषातले तीन शासकीय पुरुष तिथं आले. ''या ऑफिसात कुणीही एक पैसाही खाल्लेलं मला आवडत नाही,'' हे वाक्य साहेब हाताखालच्या सर्व हुकमी श्रोत्यांना सुनावत असताना त्यातला एक वरिष्ठ खाकी पुरुष म्हणाला, ''सर, तुम्ही या ऑफिसात दहा लाख रुपयांची अफरातफर करून ते पैसे हडप केल्याचा आरोप आहे. आमच्या बरोबर चला.'' असं म्हणून त्यांनी साहेबाला बखोटीला धरून नेलं.

मग मात्र भास्करची खात्री पटली. शंकर जो प्रसन्न झाला होता तो खरोखरचा, ओरिजनल, अस्सल शंकरच होता. म्हणून तर बरोबर बारा तास आधी दिसलेलं दृश्य बरोबर बारा तासांनी जसंच्या तसं त्याला प्रत्यक्ष बघायला मिळालं. मग भास्करनं ठरवलं की, हळूहळू आणखी काही गोष्टी बघू या. म्हणून त्यानं गोरखपूर-दादर एक्स्प्रेसकडे नजर वळविली. दूरदर्शनची उद्घोषिका सांगत होती, ''गोरखपूर-दादर एक्स्प्रेस आज सुमारे चौऱ्याहत्तर तास उशिरा येईल.'' आजचे चौऱ्याहत्तर तास झाल्यावर ती गाडी दादरला आली.

भास्करनं सहज एका घराकडे नजर टाकली. तिथला पुरुष नेहमी फिरतीच्या नोकरीवर होता. ही संधी साधून त्याच्या बायकोनं तिच्या ओळखीच्या तरुणाशी 'मैत्री' केली होती. ही मैत्री झकास वाढत चालली होती. नवऱ्याचं गमन आणि मित्राचं आगमन याचं वेळापत्रक झकास जमलं होतं. नवरा घरी परत आला की, लगेच पातिव्रत्य सुरू. तो नवरा बॅग घेऊन नेहमीप्रमाणे बाहेरगावी जायला म्हणून निघाला. तेव्हा सकाळचे आठ वाजले होते. भास्करनं रात्रीच्या आठचं 'चिंतन' केलं. तेव्हा बायको आणि तिचा परममित्र या दोघांचं प्रेम शिगेला पोहोचलं होतं. एवढ्यात नवऱ्यानं त्याच्याजवळच्या किल्लीनं दाराचं लॅच उघडून आत प्रवेश केला आणि आपल्या बायकोला एक उपपतीही आहे, हे दृश्य पाहिलं. कुणालाही, काहीही लपवता येणं शक्य नव्हतं; एवढे रंगेहात ते दोघे नवऱ्याच्या तावडीत सापडले. पुढं रीतीप्रमाणं जे काय व्हायचं ते झालं असणार. भास्करनं हे सगळं बारा तास आधीच पाहून ठेवलं होतं.

बारा तास आधी ☺ ७३

त्या दिवशी रात्री आठ वाजता सगळं जसंच्या तसं घडत गेलं. आपल्याला वंडरफुल सिद्धी प्राप्त झाल्याचं पाहून भास्कर भिंगारकर खूष झाला. त्यानं विचार केला की, आता आपण रीतसर व्यवसायच सुरू करावा. 'बारा तास आधी' हेच नाव देऊन तसा फलक लावून व्यवसायच सुरू केला. असल्या प्रकारचा फलक ही कुतूहलाची गोष्ट होती. अनेक लोक बारा तासांनी काय होणार, या उत्सुकतेनं भास्करकडे येत होते.

एक तरुणी भास्करकडे आली आणि तिनं भास्करला विचारलं, ''मी आज रात्री नऊ वाजता माझ्या प्रियकराबरोबर पळून जाणार आहे. त्यात मला यश येईल का?''

''पंचवीस रुपये फी द्या. भविष्य खरं ठरलं, तर आणखी दहा रुपये बक्षीस म्हणून द्यावे लागतील. असे एकंदर पस्तीस रुपये आधी द्या. भविष्य खोटं ठरलं तर वरचे दहा रुपये लगेच परत करण्यात येतील.''

त्या तरुणीनं पस्तीस रुपये दिले. भास्करनं रात्रीच्या नऊवर नजर टाकली. त्याला जे दृश्य दिसलं, ते त्यानं त्या तरुणीला सांगितलं. ''हे बघा, तुम्ही रात्री नऊ वाजता तुमच्या प्रियकराबरोबर पळून जाण्याचा प्रयत्न करू नका. कारण तो अर्धा तास आधीच दुसऱ्या एका पोरीला गंडवून पळून गेलेला असेल.''

''काही तरीच काय सांगताय! हे ऐकायला का मी तुम्हाला पस्तीस रुपये दिले?''

''त्याला मी काय करू?'' भास्कर म्हणाला, ''हे पाहा, ते दोघे स्पेशल टॅक्सीनं पुण्याला चाललेसुद्धा. तिथं ते दोघं लग्नही करतील.''

''मी महामूर्ख आहे.'' तरुणी म्हणाला.

''खरं आहे.'' भास्कर भिंगारकर म्हणाला.

''त्यासाठी मी महामूर्ख असं म्हटलं नाही.'' ती तरुणी म्हणाली, ''तुम्हाला मी पस्तीस रुपये दिल्याबद्दल मी स्वतःला महामूर्ख म्हणून घेतलं. हे भविष्य शंभर टक्के खोटं ठरणार आहे. कारण त्याचं माझ्यावर प्राणापलीकडे प्रेम आहे आणि माझंही त्याच्यावर प्राणापलीकडे प्रेम आहे. आम्ही दोघे गेले सात जन्म एकमेकांवर प्रेम करत आलो आहोत आणि पुढचे सात जन्मही एकमेकांवर प्रेम करत राहण्याच्या शपथाही घेतल्या आहेत.''

''आता ते तुमचे पूर्वजन्मीचे सात आणि भावी जन्माचे सात मिळून एकूण चौदा जन्मांचे प्राणांपलीकडच्या प्रेमाचे संबंध विसरून जा आणि दुसरा एखादा सभ्य प्रियकर शोधा.'' भास्करनं सांगितलं.

ती तरुणी तशीच तणतणत निघून गेली. तिथून ती चौदा जन्मांच्या प्रियकराकडे

गेली. प्रियकर जागेवर नव्हता. रात्री आठला त्याला गाठायचं, म्हणजे तो रात्री साडेआठ वाजता पुण्याला जाण्यापूर्वीच त्याची गाठभेट घेता येईल, असं तिनं ठरवलं. त्याप्रमाणे ती रात्री आठ वाजता त्याच्याकडे गेली. जणू काही हे दोघेच लग्नासाठी पुण्याला जाणार आहेत, अशा पद्धतीनं बॅग वगैरे घेऊन गेली.

एक तास अगोदर अचानक आल्याचं पाहून प्रियकर चपापला. ती म्हणाली, ''डार्लिंग, चल आटप लौकर. आपल्याला नऊ वाजता निघायचंय. आणि हे काय– ही तरुणी कोण?''

''खरं सांगू का आता? मी हिच्याशी लग्न करणार आहे. कारण तुझी-माझी जोडी गेल्या सात जन्मांपासूनची आहे. परंतु हिची माझी प्रीती गेल्या दहा जन्मांपासूनची आहे आणि पुढील दहा जन्मही ती माझीच राहणार असल्याचं हिनं मला प्रतिज्ञापूर्वक सांगितलं आहे. त्यामुळे ही तरुणी मला तुझ्यापेक्षा मागले तीन जन्म आणि पुढचे तीन जन्म मिळून सहा जन्मांनी सीनिअर आहे. आता तूच सांग– सहा जन्मांची सीनिऑरिटी मोडून तुझ्याशी लग्न करणं म्हणजे उघड-उघड हिची सीनिऑरिटी डावलण्यासारखं आहे. हिच्यावर तुझ्यापायी अन्याय केल्यासारखं होणार आहे. ही जर तुला ज्युनिअर निघाली असती, तर मी तुझ्याशीच नक्की लग्न केलं असतं.''

''दुष्ट! विश्वासघातकी! कपटी! लबाड! पाजी! मवाली! बदमाष! बेवकूफ! बेवफा! बत्तमीज! उडाणटप्पू! हरामखोर! हलकट! खत्रूड! भुक्कड! फडतूस! टिनपाट! आणि असलीच आणखी दहा-बारा विशेषणंसुद्धा तू आहेस! आता तुझं थोबाडसुद्धा बघायची माझी इच्छा नाही. चालता हो इथून!'' ती तरुणी त्याला फारच तावातावानं बोलली.

''अगं, तू उलटं सांगतेस. मी कसा चालता होणार? मी माझ्याच घरात आहे! खरं तर तू माझ्या घरातून आता चालतं व्हायचं आहेस. तेव्हा प्लीज, शक्य-तो लवकर तू इथून चालती होशील तर बरं होईल. कारण आम्हा दोघांना थोडा वेळ प्रयाणपूर्व प्रेमासाठी एकांत पाहिजे.''

साता जन्मीचा प्रियकर असा विश्वासघातकी निघाला, हे पाहून त्या तरुणीला वाटलं, त्या 'बारा तास आधी' केंद्रानं सांगितलेलं भविष्य खरंच खरं ठरलं की! त्याला जाऊन सांगितलं पाहिजे, असं मनाशी ठरवून ती तरुणी भास्कर भिंगारकरकडे गेली आणि म्हणाली, ''तुम्ही सांगितलेलं भविष्य अक्षरश: खरं ठरलं बघा.''

''मला तो सर्व वृत्तांत कळाला आहे.'' भास्कर भिंगारकर म्हणाला.

''तुम्हाला कुणी सांगितलं?'' तरुणीनं विचारलं.

''दुसऱ्या कुणी कशाला सांगायला पाहिजे? मला हे सगळं बारा तासांपूर्वीच कळालंय. त्या गाढवाला त्याची गेल्या दहा जन्मांपासूनची आणि पुढील दहा

जन्मांपर्यंतची, तुझ्यापेक्षा सहा जन्मांची सीनिअर असलेली प्रेयसी भेटली. तिच्याबरोबर तो गेलासुद्धा.''

भास्कर भिंगारकरचं 'बारा तास आधी केंद्र' हळूहळू सर्वांना माहीत होऊ लागलं. त्यानं मनात जे ठिकाण आणि तिथलं दृश्य ठरवावं, ते त्याला बारा तास ॲडव्हान्समधे दिसू लागलं. थोडं लांबचं आणि भलं मोठं काही दिसतं का, हे पाहायचं भास्करनं ठरवलं. म्हणून त्यानं सहज देशाचा पश्चिम किनारा पाहायचं ठरवलं. तिथं त्याला बारा तासांनंतर काय घडणार, हे स्पष्ट दिसू लागलं. कोट्यवधी रुपयांची सोन्याची बिस्किटं, कोट्यवधी रुपयांचे 'ड्रग्ज' आणि कोट्यवधी रुपयांचे हिरे, स्मगलर्स इथल्या स्मगलर्सना देत आहेत. इथले स्मगलर्स हे सर्व घेऊन कारमधून पळून गेले आहेत. तटरक्षक दलाला याचा पत्ताही नाही. त्यातले काही जण पैसे लावून पत्ते खेळत होते. काही जण दारू पीत होते आणि बाकीचे दारू पिऊन झोपले होते. भास्कर हे शोचनीय दृश्य पाहून व्यथित झाला. तरीही त्यानं तिकडे ट्रंककॉल केला आणि सांगितलं, ''आज रात्री बरोबर दीड वाजता अमुक अमुक ठिकाणी स्मगलर्सचं विमान उतरणार आहे; तुम्ही तिथं जाऊन छापा घाला. फार मोठं घबाड मिळणार आहे.'' हा फोन ऐकल्यावर तिथला मुख्य म्हणाला, ''ए बेवकूफ (म्हणजे भास्कर भिंगारकर) तू जा ना! साला, कोई आता है और हमको इन्फर्मेशन देने लगता है। यह देख उल्लू की औलाद, इस हप्तेमें कोई भी स्मगलर्स इधर आनेवाले नहीं.'' असं म्हणून त्यानं फोन ठेवून दिला.

भास्करनं लगेच दिल्लीला फोन लावला. हेच सगळं तिथल्या फोनवर सांगितलं. तिथलं स्पेशल स्क्वाड विमानानं त्या तटरक्षक दलाच्या कार्यालयात आलं आणि त्यांना असा सॉलिड दम हाणला की, विचारू नका. ते तटरक्षक चळाचळा कापू लागले. त्या सर्वांना रात्री विशिष्ट स्थळी बंदुका, रिव्हॉल्व्हर्स वगैरे घेऊन लपून बसायला सांगितलं. रात्री नऊ वाजल्यापासूनच सगळे लपून बसले. मुद्दाम खोटी वेळ सांगून आधीच ते विमान आलं तर? म्हणून ही उपाययोजना होती. रात्रीचा एक वाजला. बरोबर त्याच वेळी एक मारुती कार– रंग काळा– तिथं आली. त्या कारमधून चार देशी स्मगलर्स रिव्हॉल्व्हर्ससह बाहेर पडले. एकाच्या हातात हिरवा-तांबडा प्रकाश दाखवणारा टॉर्च होता. बरोबर दीड वाजता एक छोटं विमान घिरट्या घालू लागलं. खालून वरच्या दिशेनं हिरवा-तांबडा प्रकाश आलटून-पालटून दाखवला जात होता. विमानातूनही खालच्या दिशेनं याच पद्धतीच्या प्रकाश-खुणा होत होत्या. पूर्व योजनेप्रमाणे पाच वेळा हिरवा प्रकाश आणि पाच वेळा तांबडा प्रकाश एकमेकांना दाखविल्यावर विमान बरंच खाली आलं. एकमेकांची खुणांद्वारा खात्री पटली. विमानांतून सगळी पार्सलं खाली फेकली गेली.

हे सर्व काही लपून बसलेले तटरक्षक दलाचे जवान पाहत होते. एकाच क्षणी दोन घटना वायुवेगानं घडल्या. विमानविध्वंसक तोफेनं ते खाली आलेलं विमान वर जातं न जातं तोच खाली पाडलं. त्याच क्षणी त्या देशी चार स्मगलर्सना बंदुकीच्या गोळ्या पायावर ठो-ठो मारून त्यांना जखमी करण्यात आलं. त्यांच्या दोन्ही हातांवरही गोळ्या झाडल्या. त्यांच्या हातांतली रिव्हॉल्व्हर्स गळून खाली पडली. तस्करीचा सर्व माल तटरक्षक दलानं ताब्यात घेतला आणि त्या चौघांना पकडून नेण्यात आलं.

भास्कर भिंगारकरनं हे सगळं दृश्य बारा तास आधीच पाहिलेलं होतं. बरोबर तसंच घडत गेलं. आपल्याला ही गुप्त बातमी कुणी दिली याचा त्या खात्याला पत्ताच नव्हता. भास्करनं आपलं नाव मुद्दामच गुप्त ठेवलं होतं. त्याचं कारण स्वत:ची असमर्थता, बेजबाबदारपणा, भ्रष्टाचार लपवण्यासाठी त्या लोकांनी भास्कर भिंगारकरलाच स्मगलर्सचा साथीदार म्हणून डांबून ठेवलं असतं आणि भयंकर शारीरिक छळही केला असता. देशप्रेमापोटी सत्कृत्य करायला जावं आणि हाल करून घ्यावेत, हे परवडण्यासारखं नव्हतं. उलट, नेहमीचा एक फार मोठा 'हप्ता' बुडल्याचंच त्या लोकांना अत्यंत दु:ख झालं. गेला बाजार प्रत्येकाला सोन्याच्या बिस्किटांचा एकेक पुडा तरी मिळाला असता. बायकोला कुड्या करण्यासाठी हिरे तरी मिळाले असते. पण आता दु:ख वाटून काय उपयोग? सगळं काही सरकारजमा झालं असणार.

भास्करच्या बारा तास आधी केंद्राला हळूहळू बरेच लोक भेट देऊ लागले. एक मध्यमवयीन गृहस्थ आला आणि म्हणाला, "मला या खेपेला तरी मुलगा होईल काय? कारण पहिल्या खेपेला मला वाटलं होतं की, बायको मुलगा घेऊनच माहेराहून येईल, परंतु मुलगी घेऊन आली. मला पुढच्या खेपेला वाटलं, मागल्या खेपेला मुलगी झाली; आता या खेपेला नक्की मुलगा होणार. पण दुसऱ्यांदाही मुलगीच झाली. मी पुन्हा प्रयत्न केला. मुलगा होईल, असं वाटलं आणि मुलगीच झाली. माझी ही 'ट्रायल अँड एरर!' मेथड सहा मुली होईपर्यंत अशीच सुरू होती. आता ही सातवी खेप आहे. आता तरी मुलगा होऊ द्या."

भास्करनं त्या कन्यावत्सल पित्याची करुण कहाणी ऐकली भास्कर त्या गृहस्थाला म्हणाला, "हे बघा, तुम्ही काय करा, तुमच्या पत्नीच्या पोटात दुखायला लागलं की लगेच मला फोन करा. मी लगेच कामाला लागेन. कारण मी बारा तास आधीचा स्पेशालिस्ट आहे."

"डॉक्टरांनी आमच्या हिला दिलेली डिलिव्हरीची तारीख येत्या रविवारी आहे." तो गृहस्थ म्हणाला.

बारा तास आधी ☺ ७७

"ठीक आहे. आज गुरुवार आहे. त्या वेळी तशी चिन्हं दिसली की फोन करा. तुमचाही फोन नंबर देऊन ठेवा, म्हणजे मी तुम्हाला लगेच इकडे बोलावून घेऊ शकेन."

रविवार आला. त्या गृहस्थानं फोन करून सांगितलं की, बायकोचं पोट बारीक दुखू लागलं आहे. भास्करनं लगेच बारा तास आधीचं मॅटर्निटी हॉस्पिटल त्याच्या दृष्टिक्षेपात आणलं. अजून त्या गृहस्थाची बायको तिथं आली नव्हती. याचा अर्थ, तिला बाळंत व्हायला बारा तासांपलीकडची वेळ होती. थोड्या वेळानं पुन्हा मॅटर्निटी हॉस्पिटलवर बसल्या जागेवरून नजर टाकली. तेव्हा रात्रीचे दहा वाजून पस्तीस मिनिटं झाली होती. त्याला 'ट्याहा'चे आवाज अतींद्रिय शक्तीनं ऐकू येऊ लागले. बाहेरच्या बाकावर ते गृहस्थ आतल्या रिझल्टची वाट पाहत बसले होते. 'देवा, आता तरी मुलगा होऊ दे,' असा कारुण्यपूर्ण भाव त्याच्या चेहऱ्यावर दिसत होता. भास्करला नंतर असं दिसलं की, नर्स टॉवेलमधे गुंडाळलेलं नवजात बाळ (?) घेऊन बाहेर आली. त्या गृहस्थाचं नाव पुकारताच तो गृहस्थ ताडकन उभा राहिला आणि त्यानं विचारलं, "या खेपेला तरी मुलगा झाला आहे काय?" तेव्हा नर्स मिस्किलपणे हसत म्हणाली, "या खेपेला मात्र नक्की मुलगा झाला आहे."

"कुठं आहे?" असं त्या गृहस्थानं विचारताच ती पुन्हा मिस्किलपणे हसत म्हणाली, "हा काय..."

भास्करला संपूर्ण चित्र स्पष्ट दिसलं. हा काय– पुढचंही कळलं. भास्करनं लगेच फोन करून त्या गृहस्थाला बोलावून घेतलं. तो येईपर्यंत भास्करनं एका कागदावर काही ओळी लिहिल्या. तो कागद पाकिटात बंद केला आणि त्यावर लिहिलं– 'उद्या सकाळी दहा वाजून पस्तीस मिनिटांनंतरच हे पाकीट उघडावे. आधी उघडू नये. ही सूचना लक्षात ठेवा.'

थोड्या वेळात तो गृहस्थ आला. भास्करनं लगेच व्यवहाराची गोष्ट पूर्ण करून घेतली. गोड बातमीचे तीनशे रुपये आणि बातमी खरी ठरल्याबद्दलचे शंभर रुपये बक्षीस, असे एकूण चारशे रुपये मागितले.

"बातमी खोटी ठरली तर?" त्या गृहस्थानं विचारलं.

"शंभर रुपये लगेच परत." भास्कर भिंगारकर म्हणाला.

त्या गृहस्थानं भास्करला चारशे रुपये दिले. तेव्हा भास्कर म्हणाला, "अभिनंदन! तुम्हाला उद्या सकाळी दहा वाजून पस्तीस मिनिटांनी पुत्ररत्नाचा लाभ होईल आणि हे बंद पाकीट तुमच्याजवळ ठेवा. उद्या सकाळी दहा पस्तीसनंतर केव्हाही उघडा." ते पाकीट घेऊन तो गृहस्थ निघून गेला.

दुसऱ्या दिवशी सकाळी तो गृहस्थ उत्सुकतेपोटी दहा वाजायच्या आधीपासूनच

मॅटर्निटी हॉस्पिटलात जाऊन बसला. बरोबर दहा वाजून पस्तीस मिनिटांनी त्या गृहस्थाची बायको प्रसूत झाली. थोड्याच वेळात नर्स टॉवेलात गुंडाळलेल्या बाळाला (?) घेऊन आली. त्या गृहस्थानं उत्सुकतेनं विचारलं, ''या खेपेला तरी मुलगा झाला काय?''

तेव्हा नर्स मिस्किलपणे हसत म्हणाली, ''होय! या खेपेला नक्की मुलगा झाला आहे. या टॉवेलात तुमचीच तीन बाळं आहेत आणि हा मधला आहे ना, तो मुलगा आहे. काँग्रॅच्युलेशन्स!''

नर्सच्या तोंडचं हे शुभवर्तमान ऐकून आनंद मानावा की आनंदाच्या दुप्पट दुःख मानावं, हे त्या गृहस्थाला कळेना. कारण तो मुलगा आपल्याबरोबरच आणखी दोन बहिणी घेऊन जन्माला आला होता. म्हणजे, घरात मुलींची संख्या आठ झाली. त्याच्या बायकोला या खेपेला तिळं झालं होतं. तरीही तिनं मुली होण्याची थोर परंपरा थांबवली नाही. नंतर तो गृहस्थ घरी आला. मग त्याला भास्करनं दिलेल्या त्या बंद पाकिटाची आठवण झाली. त्या वेळी अर्थातच दहा पस्तीस होऊन गेले होते. त्यानं पाकीट उघडलं.

भास्करनं त्यातील कागदावर या गृहस्थाला उद्देशून लिहिलं होतं, 'हे पाकीट मुद्दामच नंतर उघडायला सांगत आहे. बारा तास आधीच सांगितलं असतं, तर सकाळपासूनच आणखी दोन मुलींपायी नर्व्हस झाला असतात. मुलगा होणार असल्याच्या आनंदापेक्षा दुप्पट दुःख दोन मुलींबद्दल झालं असतं. ठीक आहे. जे काही होणार आहे, ते गोड मानून घ्या. या दोन मुलींकडे आशावादी दृष्टिकोनातून बघा. पुत्रानं दोन मुलींची नस्ती भर घातली, अशी तक्रार न करता; या खेपेच्या मुलींनी मात्र एक पुत्र आपल्याबरोबर आणला, अशा दृष्टिकोनातून बघा. कुरकुर करण्यापेक्षा त्यातलं चांगलं काय आहे याकडे बघावं, म्हणजे वाईटाकडे दुर्लक्ष होतं. या बाबतीत एक इंग्लिश सुभाषित लक्षात ठेवा. "Complaint not that roses have thorns, but be greateful that thorns have roses." कळावे. आपला भास्कर भिंगारकर. संचालक 'बारा तास आधी केंद्र.'

भास्कर भिंगारकराकडे नाना प्रकारचे लोक केवळ बारा तास आधीचं भविष्य जाणून घेण्यासाठी येऊ लागले. एक मटका खेळणारा माणूस भास्करकडे आला आणि म्हणाला, ''आता दुपारचे बरोबर बारा वाजले आहेत. रात्री बारा वाजता मटक्याचा आकडा फुटतो. मी शंभर रुपये लावणार आहे. मजबूत आकडा सांगा.'' भास्करची पंचाईत झाली. लोक आपल्या बारा तास आधीचा असा दुरुपयोग करत आहेत, हे पाहून वाईट वाटलं. या माणसाला आपण धडा शिकवला पाहिजे, असं त्यानं ठरवलं. तो त्या माणसाला म्हणाला, ''हे बघ, तू एकदम शंभर रुपये लावू

नकोस. फक्त एक रुपया लावून नशीब अजमावून बघ. मग हळूहळू पैसे वाढवत जा. एक गोष्ट लक्षात ठेवा– जेवढे पैसे मटक्यावर लावणार, त्याच्या पाचपट पैसे आधी मला द्यायचे आणि आकडा खरा ठरला तर बक्षीस म्हणून मिळालेल्या रकमेच्या दहा टक्के रक्कम मला बक्षीस म्हणून द्यायची. हे सगळं मान्य असेल, तर मी सांगतो.''

तो माणूस विचारात पडला. त्याच्या मनाची चलबिचल सुरू झाली. तरीही तो एक नंबरचा मटका बहाद्दूर असल्यामुळे त्यानं भास्करच्या अटी मान्य केल्या. पण ऐनवेळी मटक्याची रक्कम त्यानं शंभर केली. पाचशे रुपये भास्करला दिले. शंभर रुपयांचा मटका लागल्यावर जे पैसे मिळणार, त्याच्या दहा टक्के रक्कम बक्षीस म्हणून आधीच देऊन टाकले. भास्करनं नंतर पाचच मिनिटांत आकडा सांगितला. त्यावर त्या माणसानं शंभर रुपये लावले. भास्करचं भविष्य खरं ठरलं.

भास्करची कीर्ती या क्षेत्रात वाढत चालली. भास्करनं मटक्याकडे निराळ्या विधायक दृष्टिकोनातून पाहायचं ठरवलं. उलट, त्यानं बरोबर आकडे सांगण्याचा सपाटाच लावला. नियम सगळे वर सांगितले तसेच. इतके दिवस काय व्हायचं, मटकेवाल्याची चंगळ होत असे. कोणता तरी एकच आकडा लागायचा आणि बाकीचे सगळे आकडे बाद व्हायचे. बाद आकडे ही त्याची सगळी कमाई असे. पण भास्करकडे त्या लोकांचा लोंढा येऊ लागला. प्रत्येक जण आपापल्या कुवतीप्रमाणे पैसे लावू लागला. कुणी शंभर, कुणी दोनशे, कुणी पाचशे वगैरे. विशेष म्हणजे, प्रत्येकानं एकाच यशस्वी आकड्यावर पैसे लावल्यामुळे हा धंदा करणाऱ्याचं धाबं दणाणलं. कुणाचाच आकडा वाया जात नव्हता. त्यामुळे हा धंदा करणाऱ्या मटकेवाल्याला दररोज हजारो रुपयांचा फटका बसू लागला. रोज असा प्रचंड तोटा सहन करणं अर्थात अशक्य होतं. म्हणून गावातल्या एकूण एक मटकेवाल्यांनी आपले धंदे बंदच करून टाकले. यामुळे मटक्यावर पैसे लावणं, हा जुगारच आपोआप बंद झाला. द्रष्ट्या भास्कर भिंगारकरनं हे एक फार मोठं सामाजिक कार्यच केलं. सरकारला ते जमू शकलं नाही, ते भास्करच्या बारा तास आधी केंद्रानं करून दाखवलं.

केंद्रीय अर्थसंकल्प मांडला जायच्या आदले दिवशी व्यापारी मंडळी भास्करला आपण होऊन हजारो रुपये देऊ लागली. कारण उद्या पहाटे पाच वाजता कोणकोणते कर वाढणार, कशाकशाच्या किमती वाढणार, हे सगळं बारा तास आधी कळणार. त्यामुळे व्यापाऱ्यांना लाखो रुपयांचा माल एकदम गडप करणं सहज शक्य होणार होतं. भास्करची मोठी पंचाईत झाली. आपण जर अर्थसंकल्प आधीच सांगितला, तर तो कायद्यानं गुन्हा आहे आणि त्यामुळे समाजाला प्रचंड काळ्या बाजाराला तोंड

द्यावं लागणार याचीही कल्पना भास्करला आली.

भास्करनं निराळीच आयडिया केली. पहाटे पाच वाजता त्यानं अर्थसंकल्प सांगायला सुरुवात केली. ''इन्कम टॅक्स असा असेल. वैयक्तिक इन्कम टॅक्स आहे तसाच राहील. सत्तर वर्षांवरील ज्येष्ठ नागरिकाला टॅक्समध्ये पाच टक्के सवलत मिळेल. साबुदाणा, दालचिनी, खसखस, मोहरी, मोरीचे ब्रश, घरगुती झाडू, रांगोळी, पत्रावळी, द्रोण, दैनंदिन पूजेला लागणारी फुलं, बेल, तुळस, दुर्वा, मंगळागौरीला लागणाऱ्या पत्री, केळीची आणि पळसाची पानं, दसऱ्याचं 'सोनं' (आपट्याची पानं), दसऱ्याला दारावर लावायची पानांची तोरणं, झेंडूची फुलं, गेरू (काव), कापसाच्या वाती, फुलवाती, जानवी, गोपीचंदन, रक्तचंदन, चिकण माती, रूईची पानं, रिठे या वस्तूंना करातून वगळण्यात आलं आहे. टाचण्या, नेलकटर, सायकलची घंटी, सायकलची व्हॉल्व्ह ट्यूब, स्टोव्हच्या पिना, स्टोव्हचा काकडा, पुड्या बांधायचा दोरा, घरगुती सुया, घरगुती लोखंडी शेगड्या, लाकडी पोळपाट, लाकडी लाटणं, छोटे लोखंडी खिळे, स्टोव्हचे आणि नळाचे वॉशर्स या नित्योपयोगी वस्तूंनाही करातून वगळण्यात आलं आहे.''

भास्कर भिंगारकर पुढं सांगत होता, ''मंत्र्यांच्या मोटारीवरील लाल दिवे, पेट्रोलवर किंवा डिझेलवर चालणाऱ्या सर्व वाहनांचे हॉर्न आणि मागचे लाल दिवे, चारचाकी वाहनांचे वायपर्स, दारांचे हँडल्स, बॉलपेन्समधील स्प्रिंग्ज, पेन्सिल शापनर्स, स्टेपलर्सच्या पिना, बॉलपेन्सची रिफिल्स यांच्यावर नाममात्र तीन टक्के कर आकारण्यात येत आहे. बॉलपेन्सच्या रिफिल्स जांभळ्या रंगाच्या असतील तर त्यांना करातून वगळण्यात आलं आहे. जुने कपडे घेऊन भांडी देणारे, रद्दी पेपरवाले, चाकू-कात्र्यांना धार लावणारे, छत्र्या दुरुस्त करणारे, चामड्याच्या आणि प्लॅस्टिकच्या चपला दुरुस्त करणारे, मिरच्या-कोथिंबिरीचे वाटे लावून ते विकणारे, भाज्यांपैकी फक्त अळू विकणारे, कल्हईवाले, जुन्या चिंध्या विकत घेणारे, भंगार विकत घेणारे, ह्यांनी जर 'आपले वार्षिक उत्पन्न एक हजार रुपयांपेक्षा कमी आहे' असं नुसतं प्रतिज्ञापत्र लिहून दिलं तरी या व्यावसायिकांना व्यवसायकर आणि आयकर यातून वगळलं जाईल.''

भास्कर भिंगारकर जो अर्थसंकल्प सांगत होता, त्यात कुणालाही, कसलाही रस नव्हता. सर्व व्यापारी चुळबूळ करू लागले. सर्व जण म्हणाले, ''आम्हाला अस्सल बजेट सांगा. दुर्वा, बेल, फुलं नको. लौकर सांगा, म्हणजे त्याप्रमाणे माल आतापासूनच गडप करायला सोईचं होईल.''

तेव्हा भास्कर भिंगारकर म्हणाला, ''मला आता दिल्लीकडचं काहीच दिसत नाही. कसलं तरी दाट धुकं आड आलं आहे, त्यामुळे अर्थमंत्र्यांच्या हातातली

अर्थसंकल्पाची पानंच मला वाचता येत नाहीत. धुकं निवळल्यावर या.''

तासाभरानं पुन्हा सगळे आले. भास्कर म्हणाला, ''आता दिल्लीत मोठं वादळ सुरू झालं आहे. संपूर्ण नवी दिल्लीतील वीजपुरवठा बंद झाला आहे. त्यामुळे लोकसभेतसुद्धा अंधार गुडुप आहे. म्हणून अर्थमंत्र्यांच्या हातातले बजेटचे पेपर्स मला दिसूच शकत नाहीत. दुपारी या, तोपर्यंत वादळ थांबेल आणि वीजपुरवठाही सुरू होईल.''

पुन्हा सगळे गेले. दुपारी तीन वाजता आले. भास्कर भिंगारकरानं नवी दिल्लीकडे दृष्टी टाकली. तो म्हणाला, ''आता नवी दिल्लीत मुसळधार पाऊस पडत आहे. यमुना नदीचं पाणी वाढत आहे. तास-दोन तासांनी या.''

ते लोक पुन्हा आले. तेव्हा भास्कर भिंगारकर म्हणाला, ''पाऊस थांबला आहे. पण संपूर्ण नवी दिल्लीमध्ये सर्व रस्त्यांवर आठ ते दहा, बारा फूट पाणी साचलं आहे. त्यामुळे त्या पाण्याचा निचरा होईपर्यंत काहीच करता येत नाही. संध्याकाळी पाच वाजता या.''

सर्व मंडळी संध्याकाळी पाच वाजता आली. तेव्हा भास्कर भिंगारकर सर्वांना म्हणाला, ''आता तुम्ही आपापल्या घरी लगेच जा. आपापले टीव्ही लावा, लोकसभेत अर्थमंत्री आपला अर्थसंकल्प प्रत्यक्ष वाचून दाखवत आहेत. घरातच आरामात बसून बघा ना!''

''आमचे पैसे परत द्या.'' सर्व जण म्हणाले.

''ते कसं शक्य आहे?'' भास्कर भिंगारकर म्हणाला, ''दिल्लीतलं धुकं काय मी तयार केलं होतं काय? दिल्लीतलं वादळ मी पाठवलं होतं काय? दिल्लीमध्ये मुसळधार पाऊस मी पाडला होता काय? दिल्लीमधल्या रस्त्यांवर प्रचंड प्रमाणात पाणी मी साचवलं होतं काय? दिल्लीची लाईन क्लीअर मिळाल्याशिवाय मी कसं सांगणार? या सर्व गोष्टी निसर्गाच्या प्रकोपामुळे झाल्या आहेत.''

सगळे व्यापारी आपापल्या घरी गेले. भास्कर भिंगारकरनं काही तरी थातुर-मातुर कारणं सांगून राष्ट्रीय अर्थसंकल्प वेळेपूर्वी फोडण्याचा गुन्हा केला नाही. संपूर्ण अर्थसंकल्प त्याला बारा तास आधी स्पष्ट दिसत होता; पण राष्ट्रहित लक्षात घेऊन त्यानं सर्वांना संध्याकाळपर्यंत टिंगवत ठेवलं होतं.

भास्कर भिंगारकरचा 'बारा तास आधी'चा धंदा झकास चालला होता. भास्करनं त्यातल्या त्यात दुर्जनांच्या हालचालींवर लक्ष ठेवण्याचं कार्य हाती घेतलं. निरनिराळ्या बँकांवर नजर टाकली. सर्व बँकांचे व्यवहार नेहमीप्रमाणे सुरळीत चालले होते. पण एका बँकेवर भर दुपारी दीड वाजता दरोडा पडला आहे, असं त्याला झोपेतल्या स्वप्नात दिसलं. भास्कर लगेच जागा झाला. त्यानं त्या बँकेवर

नजर टाकली. दरोडेखोर मारुती कारमधून उतरत आहेत, हे दृश्य पाहिलं. भास्करनं लगेच त्या विभागातल्या पोलीस स्टेशनला फोन करून, दीड वाजण्यापूर्वीच बँकेत लपून बसा, असं सांगितलं. परंतु झोपमोड केल्याबद्दल तिथला ड्युटीवरचा साहेब, भास्करला काय वाटेल ते बोलला. 'यू ब्लडी फूल' वगैरेसुद्धा म्हणाला. बाकीच्या मराठी आणि 'भ'च्या बाराखडीमधल्या शिव्या होत्या.

भास्करनं सकाळी सरळ कमिशनरलाच फोन केला आणि त्या ड्युटीवरच्या अधिकाऱ्यानं त्याची झोपमाड केल्याबद्दल भच्या बाराखड्यांतील शिव्यांचा गालीहार कसा घातला, हे सांगितले. त्या बँकेत सशस्त्र पोलीस सर्वत्र लपवून बसवा, हेही सांगितलं. कमिशनरनं मात्र मनावर घेतलं. त्यांनी लगेच पंचवीस सशस्त्र पोलिसांची तुकडी इन्स्पेक्टरसह त्या बँकेत ठिकठिकाणी लपवून बसवली.

दुपारी बरोबर दीड वाजता मारुती कार आली. त्यातील ड्रायव्हर तेवढा कारमधे बसला होता. बाकीचे तिघे जण वायुवेगानं आत घुसले. रिव्हॉल्व्हरचा एक बार हवेत काढून त्यांनी घबराटीची वातावरणनिर्मिती केली. आत घुसले. कॅशियरच्या मानेवर पिस्तूल रोखलं आणि त्याच क्षणी पोलिसांनी तिघांनाही एका झटक्यात जमिनीवर पाडून त्यांच्या छातीवर पिस्तूल लावून ठेवलं. तिघांची पिस्तुलं काढून घेतली. इकडे बाहेर एका पोलिसाने ड्रायव्हरच्या छातीवर पिस्तूल रोखून धरलं आणि दोन पोलिसांनी सर्व टायरमधली हवा काढून टाकली. सर्व दरोडेखोरांना पकडून नेण्यात आलं. हे सारं दृश्य भास्करनं रात्री दीड वाजता बारा तास आधी 'त्याच्या' शक्तीनं पाहिलं होतं.

आता बारा तास आधीबद्दल भास्कर भिंगारकरला अचाट मनोराज्यं करायची सवय आहे. अशाच एका मनोराज्यात भास्करनं तपश्चर्या करून शंकराला प्रसन्न करून घेतलं होतं. शंकरानं कसला वर द्यायचा, हेही भास्कर भिंगारकरानंच ठरवून ते शंकराच्या तोंडी घातलं होतं. नंतर 'बारा तास आधी' हे मनोराज्य सुरू झालं. आता इतका वेळपर्यंत तुम्ही भास्कर भिंगारकराचं अफलातून मनोराज्यच वाचत होता!

■■■

सात

परमेश्वरास अनावृत्त पत्र

परमवंदनीय, चराचर विश्वसंचालक, अखिल ब्रह्मांडनायक, अजरामर, अजन्मा, सर्वव्यापी, सर्वज्ञ, सर्वसाक्षी, सर्वगामी, अनादिअनंत आणि असंच आणखी बरंच काही परमेश्वरा, मी तुला आवाहन करतो. आद्य शंकराचार्य म्हणतात, 'पूर्णस्यावाहनं कुत्र?' जो संपूर्ण विश्वच व्यापून राहिला आहे, 'त्याला, ये' म्हणून आवाहन तरी कसं करायचं? परमेश्वरा, तू सर्वत्र असल्यामुळे मी जेथे जातो तेथे तू माझे सांगाती असतोस. चालविशी हाती धरूनिया. हे सगळं खरं आहे; पण तू प्रत्यक्ष कुणालाही भेटत नाहीस, हे तू कशाच्या आधारावर बोलतोस? मी तुझी पूजा करतो, असं म्हटलं; तर तेही अशक्य आहे. मुळातच तू पूज्य आहेस. असो.

परमेश्वरा, तू प्रचंड विश्व निर्माण केलं आहेस. एक विचारू का? कशासाठी एवढा महा-मेगा-विशाल पसारा मांडून ठेवला आहेस? एकेका गॅलॅक्सीत १००-१०० अब्ज तारे आहेत. अशा असंख्य गॅलॅक्सी अवकाशात आहेत. शास्त्रज्ञ सांगतात की, आपला सूर्य ज्या गॅलॅक्सीत आहे, त्या गॅलॅक्सीमधल्या अब्जावधी ताऱ्यांत एक ऑर्डिनरी तारा म्हणजे, आपला सूर्य होय. तात्पर्य एवढंच की, फार मोठा पसारा आहे. पुन्हा असो!

मुख्य मुद्द्याकडेच वळतो. फक्त पृथ्वी, पृथ्वीवरील मानवेतर प्राणी आणि मानव प्राणी यांच्यापुरतंच मर्यादित असं हे प्रदीर्घ पत्र आहे. तू पृथ्वी निर्माण करून ४६० कोटी वर्षं झाली, असं शास्त्रज्ञ सांगतात. पुढं कालांतरानं प्राणी निर्माण केलेस. माणूस सर्वांत शेवटी निर्माण केला असावास, असं एकंदरीत वाटतं. कारण माणसापेक्षाही अफलातून प्राणी निर्माण केल्याचं कुठंही दिसून येत नाही. माणूससुद्धा तसा माणसाच्या दृष्टीनं परिपूर्ण नाही, असं बऱ्याच माणसांचं मत आहे. निरनिराळ्या माणसांची मतं या पत्राद्वारा मांडत आहे.

खूप माणसांचं असं मत आहे की, तू त्यांना फक्त दोनच डोळे का दिलेस?

तेही शरीराच्या एकाच बाजूला, अगदी शेजारीशेजारी. त्यामुळे सर्व बाजूंना एकाच वेळी बघण्याला आपोआपच मर्यादा पडतात. मागच्या बाजूनं कोण येत आहे, वरच्या बाजूनं गॅलरीतून कोण बघतंय, डाव्या बाजूनं डावीकडे कोण गेलं, उजव्या बाजूनं उजवीकडे कोण गेलं, पायाखाली, समोर... आजूबाजूला खाचखळगे, खड्डे, काटे काय-काय आहे वगैरे वगैरे बऱ्याच गोष्टी एकाच वेळी करणे परंपरागत दोन डोळ्यांना जमत नाही. बिचाऱ्या दोन डोळ्यांचाही नाइलाज होतो. 'कुणी' तरी येत आहे, असं वाटल्यावर मागं (पुन:पुन्हा) वळून पाहणं तसं वाईट दिसतं. कपाळावर सभ्यपणाचं (अदृश्य) लेबल असल्यामुळे खरी अडचण होते. हेच जर, पाठीच्या वर, मानेजवळ एक डोळा असता; तर राजरोसपणे बघता आलं असतं आणि कुणी असभ्यपणाचा आरोप केला नसता. बरीच 'प्रेमपिपासू' मंडळी या बाबतीत हवालदिल आहेत. मागच्या बाजूला मानेवर आणखी एक डोळा आवश्यक आहे. मागं वळून-वळून बघणेच्छू प्रेमवीरांची या पाठीकडच्या आणखी एका डोळ्यामुळे फार मोठी सोय होणार आहे. स्त्रियांनाही असाच एक पाठीमागं डोळा दिल्यावर त्यांनाही त्यांच्या मागल्या बाजूनं कोण येतो, हे पाहण्याची सोय होईल.

थोडक्यात म्हणजे, पारंपरिक दोन डोळे प्लस आणखी आठ डोळे मिळून प्रत्येक माणसाला दहा डोळे दे. सर्व डोळ्यांची बघण्याची शक्ती उत्तम ठेव. चष्मा लागण्याची भानगड ठेवूच नकोस. चष्मे कुठं-कुठं म्हणून लावणार? मूळच्या दोन डोळ्यांना चष्मा लावताना, चष्म्याच्या काड्या अडकवण्यासाठी दोन कान आहेत. इतक्या डोळ्यांवर चष्मे लावायचे, तर शरीरावर खूप कानही बसवावे लागतील. हे प्रकरण गैरसोईचं होईल, म्हणून कान पूर्वीप्रमाणे दोनच असू देत. चष्मा लावावा लागणं, हा नेत्रदोष कटापच करून टाक ना. एकदा का चष्मा लागला की, चष्म्याचा नंबर वारंवार बदलतो. पुन:पुन्हा चष्मा विकत घ्यावा लागतो. सध्या जे डोळ्यांचे डॉक्टर आहेत, चष्म्याचे निर्माते आहेत, विक्रेते आहेत; त्यांच्या पोटापाण्याची दुसरी काहीतरी व्यवस्था कर, म्हणजे त्यांचीही सोय होईल. डोळे येणं, डोळे चुरचुरणं, मोतीबिंदू, दृष्टी अतिमंद होणं, अंधत्व येणं वगैरे-वगैरे जे काही आहे ना, ते सर्व रद्द करून टाक.

परमेश्वरा, तूच बुद्धी दिल्यामुळे सध्याच्या डोळ्यांना स्त्रियांकडे एकटक बघण्याची वाईट खोड आहे. चोरून अश्लील चित्रं बघण्याची आणि फाजील गोष्टी वाचण्याची सवय आहे. परमेश्वरा, असल्या गोष्टी तू डोळ्यांना का दिल्यास? दिल्यास, त्या दिल्यास पण त्यावर वेळेचे बंधन तरी घाल. रात्री १ ते रात्री २ काय धुडगूस घालायचा तो घालू दे. डोळ्यांना चोरून दुसऱ्यांची पत्रं वाचण्याची, दाराच्या फटीतून आत 'काय' चाललं आहे, हे चोरून बघण्याची वाईट खोड आहे.

भविष्यकाळात तू ज्या नवीन मानवी बालकांना जन्माला घालशील, तेव्हा त्यांचे डोळे असल्या सर्व दोषांपासून अलिप्त ठेव. तसं शक्य नसल्यास वेळेचं बंधन तरी घाल. खरं म्हणजे डोळ्यांनी संतांची, देवतांची चित्रं पाहावीत, भक्तीपर साहित्य वाचावं; पण डोळ्यांना जे-जे चावट ते-ते पाहण्याची टीव्हीमुळे अश्लील खोड लागली आहे. रात्री हळूच टीव्हीवरील 'फॅशन टीव्ही'वरच्या वस्त्रं फेडलेल्या तरुणी पाहून स्वतःच्या डोळ्यांचं पारणं फेडण्याची फाजील सवय डोळ्यांना लागली आहे. परमेश्वरा, सध्याच्या दोन डोळ्यांना कसले-कसले फाजील चाळे करण्याची सवय लागली आहे. याचा तू लवकरात लवकर बंदोबस्त कर. एक सांगायचं राहिलंच. नवीन आणखी आठ डोळे देशील, तेव्हा तू त्यांच्यावर बारकाईनं लक्ष ठेव. फक्त फाजील गोष्टी बघण्याचंच एकमेव कार्य करत असतील, तर त्या आठही डोळ्यांची बघण्याची शक्ती क्षीण करून टाक. तर, डोळ्यांसंबंधी काय सांगायचं, ते मी सविस्तरपणे सांगितलं आहे. तू सर्वज्ञ आहेस. डोळे भरपूर दे, पण सर्व डोळ्यांना सन्मार्गाला लाव.

कान म्हणजे अक्षरशः धर्मशाळा आहेत. धर्मशाळेला चार भिंती असतात. खाली जमीन असते, वरती छप्पर असतं. हे सगळं काही असतं. फक्त एक गोष्ट कमी असते. ती म्हणजे, 'आव जाव घर तुम्हारा' हे प्रत्येक धर्मशाळेचे ब्रीदवाक्य असतं, तर मग दरवाज्याची अडचण कशाला? म्हणून धर्मशाळेला दरवाजा नसतो. ते ठीक आहे, पण दोन्ही कानांची स्थिती धर्मशाळेसारखीच असते. परमेश्वरा, डोळे आणि कान या दोन्हींत तुझ्या प्रेमाचा कल डोळ्यांकडे अधिक आहे. कानांकडे मात्र तू नेहमी काणाडोळा करतोस. डोळ्यांच्या चष्म्याच्या काड्यांचं ओझं कानांना हकनाक सहन करावं लागतं. 'कानांच्या खांद्यावर चष्म्याचे ओझे' (चाल : कुणाच्या खांद्यावर कुणाचे ओझे), असा प्रकार सर्वत्र दिसून येतो. चष्म्याच्या काड्यांचा भार कानांनी सहन करायचा; पण कानांची श्रवणशक्ती कमी झाल्यावर, श्रवणयंत्राचा भार घ्यायला मात्र डोळे तयार नसतात. हा डोळ्यांचा कृतघ्नपणा नव्हे काय? श्रवणयंत्राचा एक भाग कानात आणि दुसरा भाग ऐकणाऱ्याच्या खिशात. डोळा मात्र नामानिराळा!

परमेश्वरा, ज्याप्रमाणे राज्य सरकारचा विदर्भावर नेहमी अन्याय होत असतो, ज्याप्रमाणे कोकणाकडे दुर्लक्ष होत असते आणि ज्याप्रमाणे मराठवाड्याची उपेक्षा होत असते; त्याप्रमाणे परमेश्वरा, तू कानांच्या बाबतीत दुर्लक्ष, अन्याय आणि उपेक्षा या तिन्ही गोष्टी एकदम करत असतोस.

कानांना लाऊड स्पीकर्सचे ध्वनिमहाप्रदूषण करणारे आवाज असहायपणे सहन करावे लागतात. ऑफिसमध्ये बॉसनं 'बिनपाण्यानं केलेली' कानांना सहन

करावी लागते. कान निमूटपणे मान (कानांची मान) खाली घालून ऐकून घेतात. मुकाट्याने ऐकून घेण्यावाचून कानांना अन्य पर्यायच नसतो. कानांवर ऐकण्याचं महत्त्वाचं काम परमेश्वरा, तू सोपवलं आहेत; पण त्यांच्या देखभालीकडे मात्र दुर्लक्ष करतोस. 'अ'ला 'ब'च्या थोबाडीत मारायची असते. यात कानांचा अजिबात संबंध नसतो. केवळ गालांचा शेजार लाभल्यामुळे कानांना त्याची झळ लागते. 'मारू का गालफडात', 'एक थोबाडीत लगावीन' ही उष्ण वाक्यं आपण समजू शकतो; पण अशा प्रकारच्या कपोलप्रहाराशी काडीमात्र संबंध नसताना 'वाजवू का कानाखाली,' 'एक कानाखाली ठेवून देईन' असे वाक्प्रयोग अनेक जण करत असतात. मारणाऱ्याचा हात आणि मार खाणाऱ्याचा गाल यात कानाचा काहीही संबंध नसताना, मधल्यामध्ये कानाला हकनाक खेचलं जातं. परमेश्वरा, डोळा लाडका आणि कान दोडका, असं पक्षापाती धोरण तू का ठेवतोस? जोडीलाच डोळ्यांनी पाहिलं ते खरं आणि कानांनी ऐकलं ते खोटं, असा खोटेपणाचा शिक्का कानांच्या कपाळी कायमचा मारलेला असतो. कानांनी स्वत:च्या कानांनी एखादी विलक्षण गोष्ट ऐकली तरी लोकांचा कानांवर विश्वास नसतो. परमेश्वरा, कानांनी ऐकलेल्या गोष्टीही डोळ्यांनी पाहिलेल्या गोष्टींची बरोबरी केल्यावाचून लोकांचा कानांवर विश्वास बसणार नाही.

परमेश्वरा, कानांना वाट्टेल ते ऐकून-ऐकून कशाचंच काहीही वाटेनासं झालं आहे. कानांना काय काय निमूटपणे ऐकावं लागतं, ते प्रत्यक्षच पाहा. विमानांची घरघर, 'वर्कशॉप'मधील बदसूर आवाज, लाऊड स्पीकरमुळे होणारे ध्वनिप्रदूषण... मोटारी, टांगे, रिक्षा, टेम्पो यांचे आवाज... बायकांची कचाकचा भांडणं, पुरुषांचं ओरडणं, ढोल-ताशे-वाजंत्र्या... काय-काय म्हणून सांगावं? दिवाळीतले फटाके, ॲटम बॉंब, लाऊड स्पीकरवरची भसाड्या आवाजातली गाणी– असे शेकडो आवाज कानांना निमूटपणे सहन करावे लागतात.

परमेश्वरा, एखादी गोष्ट पाहायची नसल्यास ती न पाहण्याची सोय डोळ्यांना करून दिली आहेस. डोळ्यांना झकास दोन पापण्या दिल्या आहेस. पाहण्यासारखं काही असल्यास पापण्या सताड उघड्या असतात. (चावट कुठल्या!) आणि हे बघण्यात काही अर्थ नाही, असं वाटलं की, पापण्या बंद होतात. पापण्यांमुळे डोळे सुखी आहेत. परमेश्वरा, डोळ्यांना उपलब्ध करून-करून दिलेली पापणीची सुविधा तू कानांनाही द्यायला पाहिजेस. दोन्ही कानांनासुद्धा पापण्या दे. अमुक एक ऐकायचं नाही, असं वाटलं की, तिथल्या तिथं कानांना पापण्या बंद करता आल्या पाहिजेत. या पत्रातला हा एक महत्त्वाचा मुद्दा आहे. कानांनाही डोळ्यांप्रमाणे पापण्या असाव्यात. परमेश्वरा, कृपा करून एवढं करच. यापुढे मानवी मुलं जन्माला घालताना जास्त आठ डोळ्यांप्रमाणेच कानांनाही पापण्या असणारी मुलं जन्माला घाल, त्यामुळे

कानांना त्यांचे आयुष्य शांतपणे जगता येईल.

परमेश्वरा, या अनावृत्त पत्राद्वारे नाकाविषयीही काही सुचवायचं आहे. तू नाकाचा एक स्टँडर्ड आकार ठरव. वरच्या बाजूनं सरळ रेषेत उतरतं, लांबी मध्यम, नाकपुड्यांचा व्यास बेताचा– असं मानवी नाक आदर्श होईल. सध्याची मानवी नाकं पोपटाच्या चोचीप्रमाणे बहिर्वक्र, किंचित बाकदार, खालच्या बाजूला एकदम मोठी, कधी-कधी नाकपुड्या ऊर्ध्वमुखी असतात. नकटी नाकं तर सर्रास असतात. नाकासाठी वापरायचं मटेरियल उगीचच कमी वापरून तू कसली काटकसर करतोस; समजत नाही! तुझ्या या काटकसरीमुळे नकट्या मुलींची लग्नं लवकर होत नाहीत. याच्याही पलीकडची नाकं तू घडवतोस. मुलींच्या बाबतीत असली नाकं पाहून मुलांच्याकडची माणसं नाकं मुरडतात आणि स्थळं नापसंत करतात. ही जी मुलींची नाकं असतात ना, ती चक्क बटाट्याच्या भज्याइतकी चपटी असतात. नाकाला उंचवटा असतो, हे नाकाचं व्यवच्छेदक लक्षण इथं कुठं दिसतच नाही. उलट, दोन्ही गालांचा फुगीरपणा (पुरीसारखा) उठून दिसतो.

परमेश्वरा, काही नाकं अशी बनवतोस, तर काही नाकं नको तिथं वाटेल तेव्हा खुपसण्याइतकी लांब आणि टोकदार बनवतोस. नाकांच्या या बनावटीमुळे असली नाकं असलेल्या माणसांना नको तिथं नाकं खुपसण्याची वाईट खोड असते. नाकाच्या संदर्भात आणखी एक महत्त्वाची गोष्ट आहे. तो सुप्रसिद्ध (सुप्रसिद्ध कसला, कुप्रसिद्धच) द्रवपदार्थ नाकामध्ये कशाला ठेवतोस? हा अर्धप्रवाही दाट पदार्थ एकंदरीत वाईटच आहे, हे एखादं शेंबडं पोरंसुद्धा सांगू शकेल. कारण शेंबड्या पोराच्या नाकातच हा पदार्थ मुक्कामाला असतो. मुक्काम परवडला, पण तो उताराकडे वाहत येतो आणि मग ते दृश्य बरं दिसत नाही. लहान मुलं डाव्या मनगटानं तो द्रव पुसतात, हा एक भाग झाला. वयानं मोठी असलेल्या माणसांना याच बाबतीत दुसराच एक छंद असतो. हा द्रव नाकातल्या नाकात निर्जलीभूत (डिहायड्रेटेड) होतो तेव्हा माणसं नाकात बोट घालून डिहायड्रेटेड पदार्थाचं 'कोरीव काम' करत बसतात; हेसुद्धा वाईटच. परमेश्वरा, या द्रवाची नाकातून दुसऱ्या कुठल्या तरी भागात बदली कर, हे या पत्रातून सुचवत आहे.

आता दाढी. हे परमेश्वरा, दाढी म्हणजे वैताग आहे. रेझर, ब्लेड, दाढीचा साबण, ब्रश यांचे कारखानदार आणि सलूनवाले यांच्या पोटापाण्याची सोय करण्यासाठी तू दाढी निर्माण केली आहेस काय? गालांवर दाढीचं घनदाट जंगल कशाला निर्माण करून ठेवलं आहेस? चवीनं दाढी ठेवणाऱ्यांची टक्केवारी तशी एकंदरीत कमी आहे, तरीही दाढी ठेवण्याचे प्रकार पुष्कळ आहेत. शहाजहानची दाढी निराळी, औरंगजेबाची दाढी निराळी. कार्ल मार्क्सची दाढी निराळी, तर पंचम जॉर्ज

बादशहाची दाढी निराळी. फार कशाला; वर सारख्याच दिसूनही मंगेश पाडगावकरांची दाढी निराळी आणि अमिताभ बच्चनची दाढी निराळी. इथंही पिता-पुत्र अमिताभ-अभिषेक यांच्या दाढ्यांतही भलताच फरक आहे. दाढी ठेवायची आणि दर दोन-तीन आठवड्यांनी थोडीशी काटछाट (ट्रिमिंग) करायची (पाहा– निखिल वागळे) किती प्रकार सांगावेत? खरं सांगू का परमेश्वरा? दाढी नको. फार तर फक्त मिशा असू देत.

परमेश्वरा, दोन फालतू गोष्टी तू वर्षानुवर्षं वारंवार देत आला आहेस. एक म्हणजे केस आणि दुसरं म्हणजे नखं. या दोन्ही गोष्टी तशा मुळीच महत्त्वाच्या नाहीत, तरीही कितीही वेळा कापलं तरी त्याच जागी नव्यानं पुन:पुन्हा वाढत ठेवण्यात तुला कसला रस आहे, हे कळत नाही. जगभरची हेअर कटिंग सलूनं केवळ केसांना तू 'अमरत्व' दिल्यामुळे निर्माण होत असतात. नखं पुन:पुन्हा सतत वाढत राहिल्याचा परिणाम वाईट होतो. पण परमेश्वरा, तुझ्या इच्छेपुढं कुणाचं काहीही चालत नाही, हेच शेवटी खरं आहे. तुझी कधी तरी लहर फिरली असेल आणि नखांना चिरंजीव करून टाकलं असेल, त्यामुळे झालं काय माहीत आहे का? कोरिया नावाच्या छोट्या देशावर जगातल्या ५५ देशांना नेलकटर्स पुरवण्याची अफलातून कामगिरी येऊन पडली. बिचारे कोरियन कामगार रात्रंदिवस नेलकटर बनवण्याचा एकमेव उद्योग करत आहेत. परमेश्वरा, या बिचाऱ्या कामगारांना दुसरीकडे कुठं तरी कामधंद्याला लाव आणि माणसांना पुन:पुन्हा आयुष्यभर वाढणारी नखं बंद करून टाक. नखांचा तसा माणसाला फारसा उपयोग नाही. एखाद्याच्या नरडीला नख लावणं, हिरण्यकश्यपूचं पोट फाडणं, दुधी भोपळा कोवळा आहे की जून आहे याचा भाजीवाल्याच्या नकळत भोपळ्यावर नख खुपसून अंदाज घेणं, शरीराचा खाजणारा भाग खाजवणं– असली कामं नखं करतात. म्हणून एवढंच सांगायचं आहे की, नखांसारख्या क्षुद्र भागाला, केसांसारख्या अनावश्यक वस्तूला, परमेश्वरा, तू पुन:पुन्हा का जन्म देतोस? या पत्रातून माझी अशी विनंती आहे की, आधीचे सोड पण यापुढं काय नखं आणि केस द्यायचे ते एकदाच देऊन टाक. पुन:पुन्हा वाढत राहण्याची झगझग नको.

अनावृत्त पत्राचा पुढील भाग. नको त्या गोष्टी पुन:पुन्हा देतोस आणि अत्यावश्यक गोष्टी– अगदी शेवटपर्यंत अत्यावश्यक गोष्टी तू मधेच उडवून लावतोस. याचं ढळढळीत उदाहरण म्हणजे दात. परमेश्वरा, तुझा दातांवर का एवढा दात आहे; कळत नाही! दातांचं महत्त्व मी तुला पटवून देणं म्हणजे, प्रख्यात अर्थशास्त्रज्ञ, अर्थमंत्री, रिझर्व्ह बँकेचे गव्हर्नर ही पदं भूषविणारे पंतप्रधान डॉ. मनमोहनसिंग यांना मी ११ ते २० हे पाढे शिकवण्यासारखं आहे. मानवी मुलांना पहिले दुधाचे दात

देतोस आणि पाच वर्षांनीच त्या दुधाच्या दातांना पाडून टाकतोस. नंतर नवीन दीर्घकाळ टिकणारे दात देतोस. दीर्घकाळ असले म्हणून काय झालं? अंतकाळ येईपर्यंत थोडेच टिकतात? तू हळूहळू प्रत्येक दाताला पूर्ण काळ पूर्वस्थितीतच पाडायला सुरुवात करतोस. हे असं दंतपतन करणं बरं नाही. दात मजबूत असतात म्हणून माणसं शेंगदाणे, चणे, कडक बुंदीचे लाडू, चिक्की, ऊस वगैरे पदार्थ सहज खाऊ शकतात. पण शंभरी यायच्या आतच तू दातांची हलवाहलव आणि पाडापाडी सुरू करतोस. डेंटिस्ट मंडळींचा व्यवसाय जोमात चालावा, म्हणून तर तू दात पाडण्याचा उद्योग सतत करत असतोस. निदान टूथपेस्टवाल्या कंपन्यांसाठी तरी तू वाटेल तेव्हा वाटेल तितके दात पाडायला नकोत. ''आमच्या टूथपेस्टमुळे दात अधिकाधिक मजबूत होतात,'' या खोट्या-खोट्या विधानाला काहीतरी अर्थ उरेल काय? दात ही अत्यंत महत्त्वाची वस्तू आहे. दात आहेत, तर सगळं काही आहे. दात नाहीत तर कुछ भी नहीं.

परमेश्वरा, पत्रातून विनंती आहे. दातांच्या बाबतीत दोन विनंत्या आहेत. त्या विनंत्या तू सहज मान्य करशील. पण तुला डेंटिस्ट आणि टूथपेस्टवाले यांच्याशीच स्नेहसंबंध ठेवयाचे असतील, तर मग नाइलाज आहे, तरीही या अनावृत्त पत्राद्वारा विनंती करतो की, प्रत्येक माणसाचे एक-एक मिळून बत्तीसच्या बत्तीस दात इहलोकीची यात्रा संपेपर्यंत अतिशय चांगल्या स्थितीत ठेव. एकाही दाताला शेवटपर्यंत कीड लागून देऊन कमकुवत होऊ देऊ नकोस. निकामी करू नकोस. कार्यक्षम ठेव. दात आहेत म्हणून शरीराला शोभा आहे. मुखकमलाला शोभा आहे. माधुरी दीक्षित, प्रीती झिंटा, बिपाशा बसू, करिना कपूर, थोरली बहीण करिष्मा कपूर, राणी मुखर्जी, ऐश्वर्या राय, प्रियांका चोप्रा, सुश्मिता सेन, अमिषा पटेल, काजोल, मलाइका अरोरा, दिया मिर्झा, तनुश्री दत्ता, लारा दत्ता, नेहा धुपिया, आयेशा टाकिया, विद्या बालन, दीप्ती नवल, कोंकणा सेन, सोहा अली खान, तनुजा डबीर, ग्रेसी सिंग आणि पुष्कळ वगैरे. भूलोकीच्या अप्सरांना परमेश्वरा, तू अप्रतिम दात दिले आहेस. त्या हसल्या की, प्रत्येकीच्या तोंडात आकाशातल्या बत्तीस-बत्तीस चांदण्या चमचम-चमचम करत बसल्या आहेत, असं वाटतं. परंतु परमेश्वरा, तू त्यांचेही दात पुढं कधी तरी पाडून कृत्रिम दातांची कवळी बसवणं भाग पाडणार आहेस. इतर जणांचं सोड, निदान या चित्रचंद्रिकांचे दात तरी शेवटपर्यंत बत्तीसच्या बत्तीस ठेव. जमल्यास या सर्व जणींची कायमची वय वर्षे पंचवीस ठेव. बघ, विचार करून त्यांना चिरतारुण्य आणि पर्मनंट दात दे. पत्रातल्या या मुद्द्यावरही गंभीरपणे विचार कर.

परमेश्वरा, पुरुषांचं हृदय आहे ना, त्यात तू बरीच व्हरायटी ठेवली आहेस.

कशासाठी तू असं केलंस; कळत नाही. सरसकट एकाच पद्धतीची सगळी हृदयं केली असतीस, तर बरं झालं असतं. भरीस भर म्हणून हृदय कभी कभी हृदय असतं, तर कभी कभी मन असतं. हृदय, हृदय असतं तेव्हा ते देखणीपासून चिकणीपर्यंत तरुणी दिसली की, झटक्यात चोरीला जातं. हृदय छातीच्या कडेकोट बंदोबस्तातून चोरीला जातंच कसं? असले तरुण हृदय चोरीला जाण्याच्याच लायकीचे असतात. पुढं-पुढं होतं काय, एकेका सुंदर तरुणीच्या हृदयाच्या आसपास आणि वर चोरीला गेलेल्या हृदयांचा खच पडलेला असतो, त्यामुळे तिचं स्वत:चं हृदय दबून जातं आणि श्वासोच्छ्वास घेणंही तिला जड जातं. शेवटी ऑपरेशन करून चोरीला गेलेली हृदयं बाहेर काढून ज्याची त्याला परत करावी लागतात. चोरीला जाणाऱ्या हृदयांची ही अशी चित्तरकथा असते. परत आलेली हृदयं विदीर्ण झालेली असतात. त्या रुग्ण हृदयांना टाके घालून होतं तसं करावं लागतं– पुन्हा छातीच्या बंदोबस्तात.

परमेश्वरा, काही-काही प्रेमवीरांना तू फारच मृदू हृदय देऊन ठेवतोस. एकतर्फी प्रेम करणाऱ्यांची हृदयं अशी असतात. स्वत:कडचं ५० टक्के प्रेम घेऊन आणि एकतर्फीच आवडलेल्या रूपमतीकडे जाऊन तिच्या चरणकमळांवर आपलं हृदय खिशातून पैशांचे पाकीट काढावं तसं आतून काढून ठेवतो आणि व्याकुळ होऊन म्हणतो, 'हृदयेश्वरी, मी तुझ्यावाचून क्षणभरही जगू शकत नाही.' (टीप : तो क्षणभरही मधला क्षण) आणि झालं तसंच. तो क्षणभरही जगू शकत नाही. मधला क्षण लगेच आला. हे लगेच म्हणजे पुढं ६५ वर्षांनी म्हणजे वयाच्या ८५ व्या वर्षी आला. तिनं प्रेम ठोकरल्यावर तो प्रेमभग्न, विदीर्ण हृदयी प्रेमवीर देहभान विसरून दु:खी भावनेने एक गीत गात-गात, पब्लिक हसेल काय याचा विचार न करता रस्त्यानं चालला होता. भकासपणे गात-गात चालत होता, 'एक दिल के टुकडे हजार हुए, कोई यहाँ गिरा, कोई वहा गिरा.' हृदय ते केवढं... त्याचं वजन किती ग्रॅम? त्या हृदयाचे तुकडे हजार झाल्यावर प्रत्येक तुकड्याचं वजन काही मिलिग्रॅम होणार. असे मिलिग्रॅम्सचे बारीक-बारीक तुकडे सगळे एकत्रित पडले असतील असं म्हणावं, तर तसंही होत नाही. हा प्रेमभग्न उपाशी प्रेमवीर त्याच गीतातून सांगतो, "...तुकडे हजार हुए, कोई यहाँ गिरा, कोई वहाँ गिरा!" आता असं बघा, रस्त्याभर विखरून पडलेले दिलाचे एक हजार तुकडे नंतर गोळा कसे करायचे? माती चिकटल्यामुळे हृदयाचा प्रत्येक एक-सहस्रांश तुकडा शोधणं, नंतर बरोबर एक हजार तुकडे सापडल्यावर प्रत्येक तुकडा योग्य पद्धतीनं जुळवणं, फेव्हिकॉलनं अलगद चिकटवणं– हे फार किचकट काम आहे. एक दिल के टुकडे हजार व्हायला अजिबात वेळ लागत नाही; परंतु तुटलेले तुकडे योग्य रीतीनं एकाला एक

जोडत बसणं, हे काम हजारो बारीक-बारीक छिद्रं एकाला एक जोडून त्याची मच्छरदाणी करण्याइतकं किचकट आणि वेळखाऊ आहे.

म्हणून या पत्राद्वारा तुला अशी विनंती आहे की, एकतर्फी प्रेम करणाऱ्या प्रेमवीरांची हृदये (भग्न झाल्यावर गीतांच्या सोईसाठी 'दिल') तू छातीत आणखी कडेकोट बंदोबस्तात ठेव. (जाता जाता : गीतामध्ये हृदय अजिबात चालत नाही. दिल मात्र फिट बसतं. उदाहरणार्थ : 'यह दिल किस को दूँ', 'दिल दिया दर्द लिया' 'कभी कभी मेरे दिल में खयाल आता है') बँकेत लाखो, कोट्यवधी रुपयांच्या नोटा ठेवण्यासाठी स्ट्राँग रूम असते ना, तशी स्ट्राँग रूम तू छातीमध्ये तयार कर; म्हणजे पुढच्या कटकटी आपोआप टळतील.

परमेश्वरा, तुला लिहीत असलेल्या अनावृत्त पत्रात जीभ या अवयवाचाही मुद्दाम उल्लेख करत आहे. एकाच मंत्र्याकडे अर्थ खातंही असावं आणि महसूल खातंही असावं, तसा प्रकार जिभेच्या बाबतीत आहे. चवीनं खाणं आणि खूप बोलणं (मूळ क्रियापद : बडबडणं) ही दोन खाती जीभ सांभाळते. दोन्ही खाती महत्त्वाची. जिभेचे चोचलेच नेहमी फार असतात. गोड पाहिजे, तिखट जाळ पाहिजे, स्वादिष्ट पाहिजे, खमंग पाहिजे, खुसखुशीत पाहिजे, कुरकुरीत पाहिजे, आंबट पाहिजे... काय-काय म्हणून सांगावं? परमेश्वरा, जिभेला इतके चोचले कशासाठी दिलेस? काही-काही जिभांच्या आवडी-निवडी एकदम बदलता येणं अशक्य आहे. जीभ एक नंबरची खादाड आहे. 'व्हाया जीभ' पोटामध्ये जाणारे पदार्थ चार प्रकारचे असतात. (१) खाद्य, (२) पेय, (३) चोष्य आणि (४) लेह्य. जीभ या सर्व प्रकारांवर चवीनं ताव मारते. खाद्य म्हणजे खायचे घन पदार्थ. भात-भाजीपासून लाडू-बर्फीपर्यंत सर्व पदार्थ. कांद्याची भजी, मसाला डोसा, मेदू वडा ही मंडळीही यात आली. पेय म्हणजे पोटात ढकलायचे द्रवपदार्थ. या प्रकारात पाणी, दूध, ताक, कोका-कोला, थम्स-अपपासून ते थेट बिअर, व्हिस्की, ब्रँडी, फेणी, व्होडका, शँपेनपर्यंत सर्व प्रकारच्या अपेय बाटल्या 'पेय' प्रकारामध्ये मोडतात. तिसरा प्रकार 'चोष्य'– चोखून पोटात पोहोचवायचे पदार्थ. त्यांना चोष्य पदार्थ म्हणतात. कॅडबरी, फाइव्ह स्टार, एक्लेअर, चॉकलेट, लिमलेटच्या गोळ्यांपासून ते खडीसाखरेपर्यंत सर्व पदार्थ चोष्य. आणि चौथा प्रकार 'लेह्य'. म्हणजे, बोटानं चाटून खायचा पदार्थ. आलं-गूळ-तूप एकत्र ठेचून गरम करायचं; त्याला 'चाटण' असं म्हणतात. तर्जनी नावाच्या बोटानं (अंगठ्याशेजारच्या) ते चाटण जिभेचं टोक थोडं बाहेर काढून बोटानं चाटायचं. असल्या पदार्थांना लेह्य पदार्थ म्हणतात. श्रीखंड, मध, काकवी हे पदार्थ लेह्य आहेत. अरारारारारा! परमेश्वरा, मी काय म्याडपणा केला! तू परमेश्वर आहेस, सर्वज्ञ आहेस आणि मी शाळेतल्या शिक्षकानं

विद्यार्थ्यांना नवीन शब्द आणि त्यांचे अर्थ समजावून सांगावेत त्या स्टाईलमध्ये खाद्य, पेय वगैरे म्हणजे काय, हे सांगत बसलो. माफ कर हं! बाळाला घास भरवावेत तसे मी तुला शब्द भरवत बसलो होतो. मुख्य मुद्दा– जिभेच्या चोचल्यांवर नियंत्रण ठेव. भूक दोन प्रकारची असते. एक– खरोखरची भूक आणि दुसरी– चैनीची भूक. अन्नाचेही त्याप्रमाणे दोन प्रकार असतात. जीवनावश्यक अन्न— रिअल फूड आणि चैनीचं अन्न— लक्झरी फूड. यातला दुसरा प्रकार पोटासाठी नसून जिभेचे चोचले पुरविण्यासाठी असतो. घराबाहेर पडलं की जिकडे-तिकडे पाहिलं की, लक्झरी फूड दिसतं. प्रत्येक हॉटेलमध्ये मिळतं ते लक्झरी फूड असतं. सगळी हॉटेलं जिभेच्या चोचल्यांपायी झकास चालतात. यापायीच लाखो लिटर गोडं तेल खर्च होत असतं. परमेश्वरा, या पत्रातून अशी विनंती करतो की, जिभेचे चोचले यावर सॉलिड नियंत्रण ठेव.

परमेश्वरा, मन आहे ना, हे खरं सांगायचं तर... सरळ-सरळ चाप्टर आहे. हृदयाच्या संदर्भात त्याबद्दल सांगून झालं आहे. मनावर तुझा रिमोट कंट्रोल ठेवशील, तर बरं होईल. मन केव्हा कुठं बसेल, हे सांगता येत नाही. झाडावर चिमणी बसायला जेवढा वेळ लागतो, त्याहीपेक्षा कमी वेळात मनाचं प्रेम कोणत्या तरी अप्राप्य सुंदर, तरुण मुलीवर बसतं. तिथं जाऊन बसायचं काही नडतं का? पण मनाला ही जन्मजात खोड आहे. मनाकडे तीन ईएनटी स्पेशालिस्ट आहेत. त्यांची नावे अशी आहेत– (१) इअर (कान), (२) नोज (नाक) आणि थ्रोट (गळा). इंग्लिश शब्दांची आद्याक्षरं घेतली की 'ई.एन.टी.' स्पेशालिस्ट डॉक्टर तयार होतो. कानांना प्रथम कुठून तरी बांगड्यांचा किणकिण आवाज येतो. (ई.एन.टी.मधलं 'ई'नं आपलं काम केलं.) नाक हुंगेगिरी करतं. (एन– नोजनं आपलं काम केलं.) पाठोपाठ गळा–थ्रोट– खाकरू लागतो. (इथं 'टी'नं आपलं काम केलं.) मनाला ई.एन.टी. स्पेशालिस्टचे संकेत कळाले की, मन त्या तरुणीमागं 'लाईनोद्योग' सुरू करतं. मनाला ही वाईट खोड आहे. परमेश्वरा, मनाची वाईट खोड नाहीशी करून त्याला सभ्य, सुसंस्कृत, जंटलमन वगैरे कर, अशी विनंती आहे.

परमेश्वरा, आता एकच महत्त्वाचा अवयव राहिला– हात. परमेश्वरा, हात कसला? घात! तू निर्माण केलेल्या ८४ लक्ष योनींपैकी ८३ लक्ष ९९ हजार ९९९ योनींना तू हात दिले नाहीस. हे दोन हात थोडीफार सत्कृत्ये करतात; नाही असं नाही. परंतु मनुष्य असंख्य उचापती, प्रचंड भानगडी, लाखो दृष्कृत्ये केवळ हातांकरवी करून घेतो. हात शेती करतात, घरं बांधतात, पुस्तकं लिहितात, बँड वाजवतात, आशीर्वाद देतात, मूर्ती घडवतात. हात बऱ्याच विधायक स्वरूपाच्या गोष्टी करतात, परंतु–

परंतु, हात ॲटम बॉम्ब करतात, बलात्कारपूर्व महत्त्वाची पूर्ती करण्यासाठी हात फारसे प्रयत्न करत नाहीत. हात ॲटम बॉम्ब निर्माण करतात, मद्य तयार करतात, बलात्कार करतात, दरोडे घालतात, फटाके तयार करतात, चोऱ्या करतात, खून करतात, हजारो भानगडी करतात. परमेश्वरा, हातांच्या हाती सावळा गोंधळ आहे. हातांचा बंदोबस्त टॉप प्रायॉरिटी देऊन कर. पत्रातील सर्व मुद्द्यांचा सक्रिय विचार व्हावा, हीच तुझ्या चरणी प्रार्थना आहे.

■ ■ ■

आठ

शून्य ००००

शून्य ही संकल्पना भारतीयांनी शोधून काढली. त्यामुळे गणितशास्त्रात क्रांतीच झाली. कोणत्याही आकड्यापुढं एक शून्य ठेवलं की, त्याची किंमत दसपट वाढते; दोन शून्यं ठेवली की, शंभरपट वाढते; तीन शून्यं ठेवली की त्याच मूळ आकड्याची किंमत हजार पटीनं वाढते. एक प्रकारे शून्य हा गणितातला जादूगारच आहे. शून्याला आपल्या संस्कृतीत, धर्मात, तत्त्वज्ञानात थोर परंपरा आहे. मुळात हे अफाट विश्वच शून्यातून निर्माण झालं आहे. एवढं करूनही शून्याला अभिमान मुळीच नाही. शून्याची तात्त्विक व्याख्या, 'संपूर्ण नसणेपण'– टोटल नथिंगनेस! ही व्याख्या यथायोग्य असली तरी या संपूर्ण नसणेपणातूनच संपूर्ण असणेपणाची निर्मिती झाली आहे. 'विष्णुसहस्रनामा'त विष्णूला 'शून्य' असंही म्हटले आहे आणि 'शून्याय नमः' असं म्हणून त्याला अभिवादनही केलं आहे. कोणत्याही विशेषणांपासून, आकारापासून, तपशिलापासून पूर्णपणे विरहित म्हणजे शून्य! शून्याचं वर्णन शंकराचार्यांनी असं केलं आहे– 'शून्याय नमः'चा इंग्लिश अनुवाद **"Salutation to Him who is devoid of all specifications"** असा करण्यात आला आहे. शून्यावर तत्त्ववेत्यांनी नाना प्रकारे विचार केला आहे.

शून्याबद्दल हे झालं तात्त्विक विवेचन. पण पैशांच्या जगात शून्याचं मोल प्रचंड आहे. शून्य आहे म्हणून दहापासून ते एकावर तेहतीस शून्यं दिली असता होणाऱ्या 'डेसिलियन' या संख्येपर्यंत शून्याचं मूल्य सतत वाढतच जातं. वाटल्यास डेसिलियन या संख्येवर आणखी तेहतीस शून्यं द्या. आणखी मूल्य वाढेल. शून्य म्हणजे जादू आहे, चमत्कार आहे; एवढंच नव्हे, तर सगळं ब्रह्मांडसुद्धा आहे. स्वतः नसणं आणि बाकी सर्वांचं असणं व्हायला कारणीभूत होणं, असं हे शून्याचं कार्य आहे. सर्वांचा सूत्रधार असूनही स्वतः मात्र मूल्यहीन असणंच शून्याला आवडतं. नुसतं शून्य लिहा. एक नाही, तर एकापुढे एक अशी शंभर शून्यं लिहा.

एका शून्याची किंमत शून्यच असते आणि शंभर शून्यांची किंमतही शून्यच असते. एकटं असताना कोणत्याही सांख्यिक मूल्यापासून अलिप्त राहणंचं शून्याला आवडतं. शून्य म्हटल्यास विरक्त आहे आणि म्हटल्यास चांगलंच संसारी आहे.

एक ते नऊ हे आकडे मूळचे गरीब आहेत. त्यांची परिस्थिती तशी फारच बिकट आहे. प्रत्येक आकडा सुटा-सुटा राहून काहीही करू शकत नाही. त्यामुळे एक या आकड्याला एक असण्यातच समाधान मानून घ्यावं लागतं. दोनपासून नऊपर्यंतच्या आकड्यांनाही त्यांचं जे मूल्य आहे, त्यातच समाधान मानून घ्यावं लागतं. शून्य परोपकारी आहे. एक ते नऊ आकड्यांची दुरवस्था त्याला बघवत नाही. शून्य स्वत: निरिच्छ, अपरिग्रहवृत्तीचं आहे. पण या एकंदर नऊ आकड्यांना श्रीमंत करण्याचं मात्र त्यानं ठरवलं. परोपकारी माणसांना दुसऱ्यांच्या कल्याणातच समाधान वाटतं. एक जेव्हा एकटाच एक म्हणून वावरत होता, तेव्हा तो नगण्य होता. परंतु, एकाचं मूल्यमापन वाढविण्यासाठी त्याच्यापुढं शून्य येऊन बसल्याबरोबर एकाचं सामाजिक स्थान दसपटीनं वाढलं. नुसता एक कुठं आणि शून्यासह असलेले दहा कुठं! पुढं शून्याला वाटलं, आपण एकाला आणखी मोठं करावं. वाटल्याबरोबर शून्य कुटंबातली दोन शून्यं एकापुढं येऊन बसली. एकाला लगेच शंभरत्व प्राप्त झालं. तीन शून्यं येऊन बसल्याबरोबर एकाला सहस्त्रबाहूंचं बळ आलं. असं करता-करता एकाच्या पंक्तीला ओळीनं सात शून्यं येऊन बसल्याबरोबर मुळातही अत्यंत गरीब असलेला एक बघता-बघता कोट्यधीश झाला. नंतर आणखी दोन शून्यंही आल्यावर एक अब्जाधीश झाला. असं सुरूच राहिलं.

पुढं शून्यानं बाकीच्या दोन ते नऊ या आकड्यांनाही याच पद्धतीनं गडगंज श्रीमंत करून टाकलं. त्यामुळे शून्याला केवढं मानसिक समाधान वाटलं! अंकलिपीच्या पुस्तकातली नऊ गरीब लेकरं– शून्यामुळे केवढ्या वैभवाला पोहोचली आहेत! हे नऊ आकडे नेहमी कृतज्ञतेनं म्हणतात, 'केवळ शून्याच्या कृपाप्रसादामुळे आम्ही लक्षाधीश, कोट्यधीश, अब्जाधीश झालो आहोत. शून्य नसतं, तर आम्हाला कुणीसुद्धा विचारलं नसतं. शून्याचं ऋण आम्ही फेडूच शकत नाही. कारण आम्हा नऊ आकड्यांच्या आवाक्याबाहेरच हे काम आहे.' यावरून नऊ आकडेसुद्धा किती कृतज्ञ आहेत, हे दिसून येईल.

आता व्यावहारिक जगाकडे वळू या. पूर्वी एकेका शून्याचासुद्धा फार मोठा दबदबा असे. उदाहरणार्थ— दहा रुपयांची नोट. दहा म्हणजे काय? तर, एकावर एक शून्य असलेली संख्या. तसं पाहिलं तर दहा ही अगदी लहान संख्या. पण साठ-सत्तर वर्षांपूर्वी एकच शून्य असलेल्या दहाचाही मोठा दबदबा होता. खिशात दहाची नोट असली म्हणजे केवढी ऊब मिळायची! (कधी कधी थंडीसुद्धा वाजायची

नाही, अशी ती उब होती.) दहा रुपयांची नोट मोडणं शक्यतो टाळलं जायचं. दहाच्या नोटेचंच काय घेऊन बसलात? साधा बंदा रुपयासुद्धा (छन छन छन आवाज - फेम) मोडताना मोडू की नको, मोडू की नको, असं एकसारखं वाटत असे. त्या काळात एक वाक्प्रचारही रूढ होता– 'रुपया मोडला आणि नारळ फोडला की, संपलाच!' हे दोन्ही पदार्थ अखंड आहेत तोपर्यंतच ठीक! मग दहा रुपयांची नोट मोडायची म्हणजे तर किती कठीण काम होतं. बाहेरगावाहून नको त्या वेळीच टपकणारे पाहुणे, टांग्यातून उतरल्याबरोबर यजमानाला म्हणायचे, ''रामराव, टांगेवाल्याचे पैसे देऊन टाका हो. माझ्याकडे सुटे पैसे नाहीत.'' दहा रुपये अशा प्रकारे जपून ठेवले जायचे.

निरनिराळ्या शून्यान्त रकमा सांकेतिक पद्धतीनं दाखविल्या जात असत. दहा रुपयांची नोट तोंडानं उच्चारणं अवघड वाटायचं, म्हणून त्याऐवजी दहा बोटं दाखविली जायची. दहा रुपयांच्या नोटेचीही एवढी वट्ट होती. एवढंच कशाला; पाच रुपयांची नोट– तिथं तर शून्यही नाही. तरीही त्या नोटेच्या तत्कालीन हिरव्या रंगावरून ती ओळखली जायची. ''काय रामराव, ही मोठी बॅग केवढ्याला पडली?'' या प्रश्नाचं उत्तर,''एक हिरवी नोट दिली'', असं दिलं जाई. शिसवीच्या लाकडाचं टोलेजंग कपाट, त्यावर बेल्जियन ग्लासचा मोठा आरसा– अशी वस्तू श्यामरावांच्या घरी आल्यावर शंकररावांनी 'केवढ्याला?' या अर्थी पाच बोटं सुटी, अर्धवर्तुळाकृती नाचवत विचारलं, तेव्हा श्यामरावांनी गंभीरपणाने तर्जनी उभी करून (आणि बाकीची बोटं मिटून) किंमत सांगितली. शंकररावांना एक बोट म्हणजे किती कळलं. त्या काळात एक उभं बोट म्हणजे शंभर रुपये असायचे. जिभेनं 'शंभर रुपये' असं उच्चारण्याची सहसा कुणाची हिंमत होत नसे. आपण आपल्या जिभेनं शंभर असा उच्चार करणं जणू काही एकावर दोन शून्यं असलेल्या शंभराचा अपमानच आहे, असं त्या काळात वाटायचं. प्रत्येक उभं बोट म्हणजे शंभर! मुलीला चांगलं स्थळ मिळालं, हुंडा किती दिला; या प्रश्नाचं उत्तरही बोटांनीच दिलं जात असे. पाच बोटांची टोकं जवळ भिडवायची आणि लगेच उघडून पसरायची. या करपल्लवीचा अर्थ, पाचशे रुपये हुंडा दिला (तेव्हा कुठं एवढं चागलं स्थळ मिळालं आहे.) त्या काळात म्हणजे, साठ, सत्तर, ऐंशी वर्षांपूर्वी लोक शून्यवाल्या दहाचा किंवा दोन शून्यवाल्या शंभराचा (दोनशे-तीनशे वगैरेंचा) केवढा दबदबा होता, हे लक्षात येईल.

स्वातंत्र्यपूर्वकाळापर्यंत प्रत्येक शून्याला एकेक असं व्यक्तिमत्त्व होतं. आकड्यावरच्या शून्याला किंवा शून्यांना सामाजिक प्रतिष्ठा होती. एक शून्यावाली दहाची नोटसुद्धा आपली सामाजिक प्रतिष्ठा सांभाळून होती. शंभराची नोट तर

एवढी भारी होती की, चतुर्थ श्रेणीच्या कर्मचाऱ्यांना पगाराच्या वेळीसुद्धा तिचं दर्शन होत नसे. कारण त्या काळातले त्यांचे पगार पन्नासाच्या आत-बाहेर असायचे. स्वातंत्र्योत्तरकाळात संस्कृती, स्वधर्म, अस्मिता, स्वभाषा, स्वाभिमान यांचं ज्या वेगानं अवमूल्यन होत गेलं; अध:पतन होत गेलं त्याच वेगानं शून्याचंही अवमूल्यन होऊ लागलं. एकावर दोन-दोन शून्यं असलेल्या शंभराचीही कुणी पत्रास ठेवीनासे झाले. 'शंभराचा तुकडा दे', अशा हिणकस भाषेत शंभराच्या नोटेच्या उल्लेख होऊ लागला. पूर्वी हॉटेलात अशी पाटी असायची की, 'दहा रुपयांची नोट असल्यास गल्ल्यावर कॅशियरला अगोदर विचारावे'. म्हणजेच, त्या काळात दहा रुपयांच्या मोडीसाठीसुद्धा कॅशियरला अगोदर विचारूनच मग काय भजी, बटाटेवडा खायचा असेल, तो खावा लागे. गेले ते दिवस! आपण गावाला जायला निघताना हल्ली लहान मुलांच्या हातात दहाची नोट ठेवतो. दहावरील एका शून्याचं एवढं अवमूल्यन झालं आहे.

विसाव्या शतकाच्या या शेवटच्या दशकात तर शतक संपता-संपता शून्यांची पार वाट लावून टाकण्यात आली आहे. साध्या झाडूवाल्यालाही दरमहा तीन-तीन शून्यं असलेला पगार (दोन हजार, तीन हजार) मिळू लागला आहे. कारकुनाला तीन शून्यांकित पाच, सहा हजार; साहेबांना दहा, पंधरा, वीस हजार पगार मिळू लागला आहे. पूर्वी या शतकाच्या सुरुवातीला शंभर रुपयांत गरिबांचं दोन खोल्यांचं घर बांधून होत असे. 'मुंबईतला हा टू रुम किचन फ्लॅट केवढ्याला पडला?' असं भाऊसाहेबांना विचारा; ते हवेत सहा बोटं उभी करतात. हल्ली बोटांचे अर्थ बदलले आहेत. शंभर, हजार मागं पडले; हल्ली उभं केलेलं प्रत्येक बोट एकेक लाखाचं असतं. बिचारं शून्य! पूर्वी एकावरच्या एका शून्यालाही केवढा मान होता. समाजात केवढी प्रतिष्ठा होती. पण हल्ली एकावर पाच-पाच शून्यंसुद्धा सहज दिली जातात. पूर्वी आठ-बारा आणे किंवा रुपया-दोन रुपये 'खाल्ले' जायचे. पण हल्ली लोकप्रतिनिधी, नोकरशाही, उद्योगपती, बिल्डर्स प्रभृती महापुरुष एकावरची (किंवा अधिक आकड्यांवरची) सात-सात शून्यंसुद्धा बसल्या बैठकीला खाऊन पचवून दाखवतात. एक कोटी, पाच हजार कोटी! या आकड्यावरची सातापासून पुढची शून्यं 'कालाय तस्मै नम:' असं हताशपणे म्हणत असतील! बिचारी शून्यं! दुसरं काय करणार?

■ ■ ■

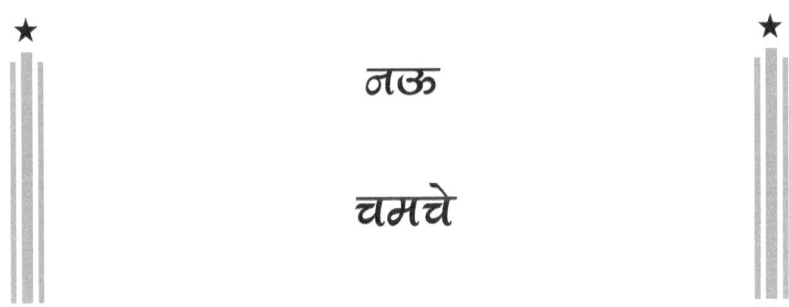

नऊ

चमचे

मोठी माणसं असतात ना, ती तीन प्रकारची असतात. एक : खरोखरच आदर्श मोठी माणसं. दोन : उचापती, संपत्ती वगैरेच्या जोरावरची मोठी माणसं. आणि तीन : ज्यांच्यावर (लायकी नसतानाही) मोठेपणा लादला जातो, अशी मोठी माणसं. (जाता जाता : बायकांतसुद्धा मोठ्या बायकांच्या दोन जाती असतात. एक– खरोखरच मोठी अशी आणि दोन– मोठ्यांची बायको) हे स्त्री आणि पुरुषांचे प्रकार सांगून झाल्यावर असं लक्षात येईल की, ज्याच्यावर मोठेपणा लादला आहे, असा पुरुष आणि मोठ्यांची बायको अशी स्त्री, दोघेही मूर्खपणाच्या आसपास वावरणारी माणसं असतात. असली माणसं त्यांच्या सुदैवाने आर्थिकदृष्ट्या मजबूत असतात, हा चमत्कारिक योगायोग आहे.

या वर्गात मोडणारे अर्धवटराव आणि अर्धवतीबाई असतात ना, त्या त्यांच्याभोवती स्तुतीचा गोंडा घोळणारी आणि त्यातून आपला फायदा करून घेणारी लबाड माणसं असतात. अर्धवटराव आणि अर्धवतीबाई याची हे लबाडराव सतत स्तुती करत असतात. त्यामुळे त्या दोन मूर्खांचा स्वतःबद्दल असा गोड गैरसमज होतो की, आपण खरोखरच भलतेच ग्रेट आहोत, असं त्यांना वाटू लागतं. ही जी खोटी स्तुती करणारी लबाडराव छाप असतात, त्यांना चमचे असं म्हणतात (एक वचन चमचा, हे ओघानंच आलं.) असले चमचे असल्या 'मोठ्या' माणसांभोवती सतत वावरत असतात. हे चमचे त्यांची नाना प्रकारे स्तुती करत असतात. ही स्तुती ऐकून ते खुळे खूष होत असतात.

पूर्वी संस्थानं सुमारे सातशे होती. प्रत्येक संस्थानाचा एकेक राजा असे. या राजेसाहेबांभोवती चमच्यांचा कळपच असे. राजेसाहेबांना 'महाराज' असं म्हटलं जात असे. महाराज, महाराज, महाराज– असं म्हणत हे धूर्त चमचे विनयाचा अभिनय करत महाराजांभोवती वावरत असत. महाराज शिंकले तरी एक चमचा

म्हणे, ''वा! याला म्हणतात शिंक! रामायण काळामध्ये श्रीराम वनवासात असताना श्रीरामाला सर्दी झाली होती. तेव्हा श्रीराम शिंकले होते. त्यानंतर गेल्या दहा हजार वर्षांत इतकं अप्रतिम कुणीही शिंकलं नव्हतं. श्रीरामानंतर श्रीकृष्ण, भीष्म, युधिष्ठिर, भीम, अर्जुन, विक्रमादित्य, चंद्रगुप्त, शिवाजीमहाराज असे महापुरुष होऊन गेले. सर्वांच्या शिंकांचा झटका महाराज, तुमच्या आताच्या शिंकेच्या झटक्यापुढं अगदीच मामुली वाटतो. सर्वोत्कृष्ट शिंकावं तर महाराज तुम्हीच! येत्या दहा-वीस हजार वर्षांतसुद्धा या तोलामोलाचं कुणीही शिंकू शकणार नाही! महाराज, आपल्यामध्ये खरोखरच ईश्वरी अंश आहे, म्हणून तर तुम्ही इतकं नामांकित शिंकू शकलात.'' महाराज खूष! आपण एवढं अप्रतिम शिंकू शकतो याचा त्यांना अभिमान वाटू लागला. त्या खुषीत महाराजांनी आपल्या गळ्यातला एक दागिना त्या चमच्याला बक्षीस दिला.

दुसरे राजेसाहेब. त्यांचा असा गोड गैरसमज होता की, आपल्याला चांगलं गाता येतं. या महाराजांभोवतीही चमचेमंडळी होतीच. महाराज गात असताना सर्व चमचे महाराजांसमोर खोट्या नम्रपणे आणि खोट्या भक्तिभावानं बसले होते. माना निखळून खाली पडतील की काय, इतक्या जोरानं माना हलवून महाराजांच्या गाण्याला दाद देत होते. महाराजांच्या तोंडून गाण्यातला शब्द बाहेर पडायच्या आतच, ''वा! जवाब नहीं! तोबा तोबा! माशाल्ला! काय तयारी आहे महाराजांची! महाराज, खरं सांगू का? तुमच्यापुढं भीमसेन जोशी, कुमार गंधर्व आणि बालगंधर्व– तिघेही अक्षरश: छोटे-छोटे बच्चे आहेत. महाराज, मालकंस राग गावा तर तुम्हीच, यमन कल्याण गावा तर तुम्हीच. आणि बरं का महाराज, भैरवी तर तुमच्याइतकी अप्रतिम तानसेनसुद्धा गाऊ शकला नसता. शेवटी तानसेन आणि भीमसेन यांना मर्यादा आहे. महाराज, जिथं त्यांच्या मर्यादा संपतात, तिथून पुढं तुमचं उच्च प्रतीचं गाणं सुरू होतं. महाराज, एकच विनंती आहे. भीमसेन जोशी यांच्यापुढं गाऊ नका. तुमचं गाणं ऐकल्यावर ते स्वत: शेंदूर खाऊन आपला आवाज बंद करून टाकतील. तुमचं गाणं ऐकल्यावर दुसऱ्या गायकाला गाताच येणार नाही. महाराज, म्हणून तुम्ही भीमसेन जोशींना तुमचं गाणं ऐकवू नका. आयुष्यभर त्यांच्या आवाजाचं खोबरं होईल.''

आता बाईसाहेबांच्या चमच्याकडे जाऊ. बाईसाहेब गडगंज श्रीमंत आहेत. साहित्याची आवड आहे. साहित्याची आवड ही त्यातल्या त्यात सोपी आवड असते. कुणीही त्यात धुडगूस घालू शकतो. बाईसाहेबांनी एक कविता केली होती. ही कविता इतकी भिकार होती की, ती संपूर्ण आशिया खंडावरून ओवाळून टाकून जपानच्या किनाऱ्यावरून पॅसिफिक महासागरामध्ये फेकून द्यावी. परंतु, बाईसाहेबांनी

केलेली कविता! चमचेमंडळी त्यांच्याभोवती घोंगावू लागली.

"बाईसाहेब, या एकाच कवितेनं अजरामर होऊन जाल. खरोखर बाईसाहेब, तुम्ही जीनिअस आहात. जीनिअस असल्यावाचून इतकी अप्रतिम कविता निर्माण होणंच शक्य नाही."

दुसरा चमचा : "बाईसाहेब, कवितेतला प्रत्येक शब्द पृथ्वीमोलाचा आहे. कवितेतले सगळे शब्द एका पारड्यात घातले आणि वजन करायचं ठरवलं, तर सूर्यासहित संपूर्ण सूर्यमाला दुसऱ्या पारड्यात ठेवावी लागेल; तेव्हा कुठं कवितेचं वजन भारंभार होईल."

तिसरा चमचा : "बाईसाहेब, तुम्ही दुसरी कविता करूच नका. कारण, त्या कवितेचं वजन करायला दुसरी सूर्यमाला आणायची कुठून?"

"तुम्ही ही कविता मासिकाकडे पाठवा. एकदा का प्रसिद्ध झाली की, जगातल्या कमीत कमी दोनशे भाषांत तरी तिचा अनुवाद होईल."

बाईसाहेबांनी खरंच ती कविता एका मासिकाकडे पाठवली. पुढच्याच आठवड्यात कविता परत आली. पण कवितेसोबत संपादकांचं एक अत्यंत नम्र असं पत्र होतं. ते पत्र असं होतं, "बाईसाहेब, तुमची कविता पोहोचली. ती कविता इतकी उत्कृष्ट आहे की, मी आतापर्यंत सुमारे दहा हजार वेळा वाचली तरी तृप्तीच होत नाही. पुन्हा एक लाख वेळा वाचूनही मन तृप्त होणार नाही. ही कविता मासिकात छापली, तर आमचे वाचक म्हणतील, 'प्रत्येक महिन्याला अंकभर इतकं उत्कृष्ट साहित्य द्या; नाही तर आम्ही मासिक घेणं बंद करू.' बाईसाहेब, इतकं उत्कृष्ट साहित्य मी प्रत्येक महिन्याला देऊ शकणार नाही. म्हणून वाचकांना अत्युत्कृष्ट साहित्याची चटक लागू नये म्हणून मी अत्यंत नम्रतापूर्वक तुमची कवितारूपी कन्या माहेरी तुमच्याकडे पाठवत आहे. बाईसाहेब, इतकी सर्वश्रेष्ठ कविता तुम्ही नोबेल पारितोषिकासाठी पाठवा. कविता एवढी श्रेष्ठ आहे की केवळ एका कवितेलाच साहित्याचं नोबेल पारितोषिक मिळून जाईल. रवींद्रनाथ टागोर यांना १९१३ मध्ये साहित्याचे नोबेल पारितोषिक मिळालं होतं. त्यानंतर गेल्या ८४ वर्षांत आपल्या देशात साहित्याचं नोबेल पारितोषिक कुणालाही मिळालं नाही. यंदा मात्र या कवितेमुळे तुम्हाला हा सन्मान नक्की मिळेल."

दुसऱ्या बाईसाहेब आणि त्यांचे चमचे. "बाईसाहेब, तुमचं वय ओळखताच येत नाही. काय जादू आहे, ते कळत नाही. तुम्हाला तीस सरून एकतिसावं लागतं तेव्हा तुम्ही एक वर्ष मागं येऊन, एकोणतीस वर्षांच्या दिसता. बत्तीसावं लागतं तेव्हा तुम्ही अठ्ठावीस वर्षांच्या दिसता. असं करत-करत काही वर्षांनी तुम्हाला नुकतंच सोळावं सरून सतरावं लागलं आहे, असं दृश्य दिसू लागेल."

चमचे ☺ १०१

"खरंच म्हणता? इतकी का मी एकदम तरुण दिसते?" –बाईसाहेब.

"सोळावं, सतरावं वगैरेपर्यंत ठीक आहे. पण इकडे एक-एक वर्ष वाढत असताना तुम्ही एकेक वर्षानं लहान-लहान दिसू लागता. असंच होऊ लागलं तर साठीच्या सुमारास तुम्ही लहान बाळासारखं चक्क रांगायला लागाल!"

"अय्या! खरंच? मी रांगताना कशी दिसते, ते मला पाहायचं आहे. कारण माझं मूळचं लहानपणाचं रांगणं मला आता आठवत नाही." –बाईसाहेब.

ऑफिसात साहेबांना तिथंच प्रमोशन मिळालं म्हणून सत्कार समारंभ झाला. त्या वेळी साहेबांचे चमचे आपल्या भाषणातून साहेबांची चमचेगिरी करत होते. काही नमुने.

"आमचे साहेब इतके कार्यकुशल आहेत की, त्यांना हिंदुस्थानचे जनरल मॅनेजर केलं तरी हिंदुस्थान देश झकास चालवून दाखवतील."

"क्रिकेट खेळावं तर साहेबांनीच. साहेब हे सर्वश्रेष्ठ क्रिकेटपटू आहेत. तेंडुलकर आणि गावसकर त्यांच्या खालच्या नंबरावर. ऑफिसच्या कामाचा व्याप पाठीमागं नसता, तर साहेबांनी आतापर्यंत लाखोच नव्हे, तर कोट्यवधी धावा इझिली काढल्या असत्या."

"साहेब पट्टीचे पोहणारे आहेत. साहेबांनी जर मनात आणलं, तर टोकियो येथून पॅसिफिक महासागरात उडी मारतील आणि संपूर्ण पॅसिफिक महासागर पोहत, पोहत, पोहत पार करून अमेरिकेच्या कॅलिफोर्नियामधील सॅन फ्रान्सिस्को इथं जाऊन पोहोचतील. त्यांचं हे रेकॉर्ड येत्या दहा लाख वर्षांत कुणीही मोडू शकणार नाही. हा विक्रम फक्त आपले साहेबच करू शकतात."

चमचेमंडळी असतात ना, ही अशी असतात. काय वाटेल ते बोलून धन्याला खूष करतात आणि त्यातून स्वार्थ साधतात. चमचे दिसायला साळसूद, पण आतून महाचाप्टर असतात.

■ ■ ■

दहा

स्वर्ग-प्रतिपृथ्वी

पुराणांमुळे आपल्याला उगीचच वाटत होतं की, स्वर्गात फक्त देवच राहतात. माणसं स्वर्गवासी होतात, ही आपण केलेली एक उदात्त कल्पना आहे. नंतर माणसं कुठं जातात, कुणाला ठाऊक? सर्वसाधारण माणसं कैलासवासी होतात, परंतु हिंदी चित्रपटसृष्टीतला कुणी निधन पावला की तो लगेच, 'सिटिझन ऑफ हेवन' आपोआप होतो. स्वर्गाचं नागरिकत्व फक्त फिल्मी मंडळींनाच (तेही हिंदी फिल्मी) मिळतं. कुणी 'गेला' रे 'गेला' की, लगेच त्याच्या नावामागं 'स्वर्गीय' हा निवासस्थानदर्शक सन्मान चिकटतो. अर्थात, हा सगळा भावनेचा मामला आहे. लफडी, भ्रष्टाचार, करचुकवेपणा, अनैतिक कृत्यं करणारा, परस्त्रीशी संबंध ठेवणारा माणूस जर स्वर्गीय होत असेल; तर स्वर्गातसुद्धा फार मोठ्या प्रमाणात भ्रष्टाचार चालत असेल, असं स्पष्ट दिसून येतं. हिंदी फिल्मी लोक फटाफट 'स्वर्गीय' कसं काय होतात; कळत नाही. याचा शोध घेतला पाहिजे. जो-तो स्वर्गीय होतो; 'नरकीय' कुणीच होत नाही. त्यामुळे नरक ओस पडला असावा. असो.

पुराणातले काही राजे स्वर्गात जाऊन-येऊन असत. कायमचे स्वर्गवासी होत नसत. कामानिमित्त किंवा सदिच्छा भेट म्हणून ते जात असत. कुणी विशेष व्ही. आय. पी. (व्ही. व्ही. आय. पी) आला, तर इंद्र स्वत: सिंहासनावरून उठून त्या महनीय व्यक्तीला आपलं अर्ध सिंहासन देत असे. एकाच सिंहासनावर इंद्र आणि तो पुण्यात्मा दाटीवाटीनं बसत असे. (कल्पना येण्यासाठी : मुंबईच्या लोकल गाड्यांत चौथी सीट मिळाल्यावर तिसरा आणि चौथा या दोघांचीही नीट बसण्याची अडचण होते. अर्ध सिंहासन पुण्यात्म्याला बसायला दिल्यावर इंद्र आणि पुण्यात्मा व्ही. आय. पी. यांना अशीच अडचण होत असेल काय?)

चंद्रावर माती आहे, हा शोध नील आर्मस्ट्राँग चंद्रावर गेला होता, तेव्हाच लागला होता. हल्ली-हल्लीच असा शोध लागला आहे की, चंद्रावर पाणीसुद्धा

आहे. चंद्र तसा जवळच आहे. पुढं-मागं हनीमूनसाठी प्रत्यक्ष चंद्रावर जाता येईल. चंद्रावरच मधुचंद्र! सुरम्य कल्पना आहे. एकदा का चंद्रावरचं दळणवळण सुरू झालं की, सर्वांत प्रथम बिल्डर्स तिथं जातील. भूखंड स्वत:च्या ताब्यात बेकायदारीत्या घेतील. काही भूखंड निरनिराळ्या स्तरांवरचे लोकप्रतिनिधी बेकायदारीत्या बळकावतील. चंद्रशेखरांच्या नावात चंद्र असला तरी महानगरपालिकेच्या सीमेपलीकडे ते काहीही करू शकत नाहीत. त्यामुळे भूखंड आणि बेकायदा घरं चंद्रावर झपाट्याने वाढतील. श्रीमंतांबरोबर गरीबही विदाऊट तिकीट चंद्रावर जातील. सगळं कसं छान-छान बेकायदा चाललं असता तिथं बेकायदा झोपडपट्ट्या नसल्या, तर कसं ओकं-ओकं वाटेल. म्हणून चंद्रावर भरपूर झोपडपट्ट्या निर्माण करतील. रस्ते आणि फूटपाथ अडवून शेकडो लोक चंद्रावर दुकानं मांडून बसतील. रेल्वे सुरू झाली तर रोज 'एक तरी डिरेलमेंट अनुभवावे' असं 'इथं' सुपरिचित असलेले दृश्य चंद्रावरही दिसू लागेल. टीव्ही आणि क्रिकेट चंद्रावर गेले, तर विद्यार्थ्यांच्या अभ्यासाचं वाटोळंसुद्धा उत्तम प्रकारे होईल. इतकं सगळं असल्यावर चंद्रावर ड्रग्ज, हेरॉईन, गुटखा, दारू ही मंडळी चंद्रावर पोहोचणं अपरिहार्य आहे. त्याशिवाय चंद्रावर राहण्यात मजा कशी येईल?

मूळ मुद्दा स्वर्गाचा आहे. तिकडे वळतो. जानेवारी १९९९ च्या पहिल्या पंधरवड्यात वृत्तपत्रास एक सुरस आणि चमत्कारिक बातमी प्रसिद्ध झाली होती. ती बातमी पुढीलप्रमाणे होती : नंदुरबार या नवनिर्माण जिल्ह्यातील धडगाव या गावातली घटना. आदिवासी लोकांची वस्ती. एका आदिवासी माणसाचे वडील निधन पावले. ते शेतकरी होते. आपले वडील इहलोकामधून डायरेक्ट स्वर्गातच गेले असणार, अशी मुलाची खात्री होती, असं दिसतं. (अनेकांच्या वडिलांची तशी खात्री देता येत नाही. चोरून कुठं कुठं गोमय- गोलरू (सोपा शब्द : शेण) खायला जातात; कुणालाच पत्ता नसतो. त्यामुळे आपले पिताश्री इहलोकातला मुक्काम हलवल्यावर स्वर्गात जातात, की नरकात जातात, हे खात्रीनं सांगता येत नाही.) तो मृत आदिवासी बाप नक्की स्वर्गात जाणार, असं त्याच्या मुलाला वाटलं होतं.

शेती हा वंशपरंपरागत व्यवसाय. वडील स्वर्गातसुद्धा शेतीच करणार. स्वर्गात शेतीसाठी जमीन असणार, परंतु स्वर्गात बैल नसणार. म्हणून सुपुत्रानं स्वर्गात बैलजोडी पाठविण्याचं ठरवलं. पत्र वगैरे असतं तर पोस्टानं किंवा कुरियरमार्फत पाठवलं असतं. पण बैलजोडी पृथ्वीवरून स्वर्गात पाठविण्यासाठी वाहतुकीची कसलीच साधनं नव्हती. पंचाईत होऊन बसली. प्रॉब्लेम म्हटलं की, मराठीतून सांगितल्यासारखं होईल; म्हणून प्रॉब्लेमच निर्माण झाला, असं सांगतो. चिरंजीवानं प्रॉब्लेम सोडविला. आपल्या शेतात ज्या बैलांच्या साह्याने वडील शेती करत होते,

तीच बैलजोडी आपण स्वर्गात पाठवू. बैलांनाही आपला मालक भेटल्याचा आनंद होईल आणि वडिलांनीही ती दो बैलोंकी जोडी पाहून त्यांच्या पूर्वस्मृती जागृत होतील. बैलांना स्वर्गात पाठवायचं कसं? पुन्हा प्रॉब्लेम. चिरंजीव 'बुद्धिमान' होते. या जगात अगोदर मेलं पाहिजे किंवा कुणी तरी कुणाला तरी ठार मारलं पाहिजे; तरच ते जे काही असेल, ते स्वर्गात जाईल. स्वर्गात गेल्यावर पुन्हा जिवंत होण्याची सोय असते.

असा पद्धतशीर विचार धडगावच्या त्या तरुण बृहस्पतीनं केला. साथीला त्याचा भाऊ होता. याबाबतीत दोन्ही भाऊ समविचारी होते. दोघेही पितृभक्त होते. दोघांनी आपले बैल स्वर्गात पाठवण्याचं ठरवलं. मृत माणसाचं दहन केलं म्हणजे नंतर ती माणसं स्वर्गात जातात, अशी श्रद्धा असते. म्हणून दोघांनी बैलांची हत्या केली. आता दोन्ही बैल रीतसर स्वर्गात जाणार. वडील आपल्या बैलांना ओळखून लगेच त्यांना नांगराला जुंपून शेतीला प्रारंभ करतील.

इथून एक-एक गोष्ट स्वर्गात पाठवण्याची ही आयडिया मस्त आहे. यापूर्वी हे कुणाच्या लक्षात कसं काय आलं नाही याचं आश्चर्य वाटतं. त्या रात्री हाच विचार मी करत असताना मला झोप लागली. स्वप्नंही तसलीच पडली. काही निवडक प्रसंग सांगतो.

त्या बंधूंच्या लक्षात आलं– वडिलांची चहापाण्याची सोय काय? दूध म्हटलं की म्हैस पाहिजे. बैलांच्या पाठोपाठ म्हैसही स्वर्गात गेली. दुधाची तर सोय झाली. चहा? एका भावानं पाच किलो साखर आणली आणि दुसऱ्यानं एक किलो चहाची पावडर आणली. साखर आणि चहा यांना स्वर्गात पाठवायचं– अशा वस्तूंचं दहन केलं. धुराच्या मार्गानं पाच किलो साखर आणि एक किलो चहाची पावडर स्वर्गात वडिलांचा पत्ता शोधत त्यांच्या घरी गेल्या. दोन्ही बैलांना वैरण पाहिजे. लगेच गाडीभर कडबा आणला. पंचवीस किलो पेंड आणली. अग्नीमार्गे या वस्तू स्वर्गात गेल्या. वडिलांना ज्वारीची भाकरी फार आवडते, म्हणून एक पोतं ज्वारी 'अग्नेय स्वाहा' करून वडिलांकडे पाठविली. बिड्यांची बंडलं, माचिस हेही त्याच काडीनं बिड्या पेटवून ह्याही वस्तू पाठवून दिल्या. स्वर्गात वडिलांचं झकास चाललं आहे.

या महान पितृभक्त बंधूंची ही सुरस कथा दूरवर पसरली. इतर लोकही त्यांच्या स्वर्गीय मंडळींना काही-बाही पाठवू लागले. दयारामशेठ हे ज्या सहकारी बँकेचे अध्यक्ष होते, त्या बँकेतून त्यांनी काही लाख रुपये लुटले होते. पण स्वर्गात बँक नाही. इथं काय लुटायचं? त्यांचा मुलगा कृपाराम याच्या लक्षात ही गोष्ट आली. ज्या बँकेचे ते अध्यक्ष होते, ती बँकच स्वर्गात पाठवावी; म्हणजे बँक तिथे

गेल्यावर बँकेचे ते अध्यक्ष होतील. स्वर्गातल्या बँकेचे अध्यक्ष झाल्यावर तिथंही लाखो रुपयांची अफरातफर करून त्यांनी गडगंज श्रीमंत व्हायचं ठरवलं. बँक पाठवायची कशी? धूम्रमार्गे! मित्रांच्या मदतीने त्याने बँकच जाळून टाकली. त्या धुराबरोबरच ती सहकारी बँक आकाशमार्गे उडत-उडत स्वर्गात पोहोचलीसुद्धा. स्वर्गात बँकिंगच्या व्यवहाराची कुणालाच माहिती नव्हती. विशेषत: मोठमोठ्या रकमांची अफरातफर करून लाखो रुपयांची लूट नेणं. त्यामुळे स्वर्गातल्या सर्वांनी म्हणजे पुण्यपुरुषांनी आणि देवादिकांनी याच बँकेत आपली खाती उघडली. त्यामुळे पृथ्वीवर 'सहकारी बँक' असलेली ती बँक 'शेड्यूल्ड बँके'चा दर्जा प्राप्त होण्याइतपत उलाढाली करू लागली. कृपाराम परमपितृभक्त असल्यामुळे तो पृथ्वीवरची बँक स्वर्गात पाठवू शकला. स्वर्गातल्या मंडळींना बँकिंगच्या लबाडीच्या व्यवहाराची कसलीच माहिती नव्हती. त्यामुळे शेठजींची चंगळ चालली होती. बँकांवर नियंत्रण ठेवणारी रिझर्व्ह बँक स्वर्गात नव्हती. रिझर्व्ह बँकेची एखादी शाखा स्वर्गात असती, तर लगेच मोरॅटोरियम ऑर्डर काढून ती बँक बंद केली असती.

अशा पद्धतीनं कुणी काही, कुणी काही स्वर्गात पाठवू लागला. एका चिरंजीवानं दहा बाटल्या व्हिस्की पाठवली, कुणी गांजा पाठवला, कुणी गुटख्याची शंभर पाकिटे पाठवली. पितृभक्त पुत्रांची फौजच तयार झाली. एकाचे पिताश्री नंबर एकचे गुंड होते. चॉपरचा धाक दाखवून ते लाखो रुपये लुटायचे. अशीच लूट करत असता हे तीर्थरूप एकदा पोलिसांच्या गोळीला बळी पडले. त्यांचा चॉपर सरकारजमा झाला. आपले वडील स्वर्गामधल्या लोकांना कशाच्या बळावर लुटणार? लूटच नाही मिळाली, तर खाणार काय आणि जगणार कसे? सुपुत्राच्या लक्षात ही गोष्ट आली. त्यांनी एकाऐवजी दोन चॉपर, एक रिव्हॉल्व्हर आणि शंभर गोळ्या एवढं साहित्य इहलोकी जाळलं. त्या ज्वाळांच्या आणि धुराच्या मार्गे या वस्तू स्वर्गात थेट वडिलांच्या खोलीत जाऊन पडल्या. दुसऱ्या दिवसापासून वडील आपला अर्थार्जनाचा व्यवसाय सुरू करणार होते. बैल पाठवून स्वर्गात शेती करता येते, या शोधामुळे अनेक स्वर्गवासीयांची केवढी मोठी सोय झाली आहे! स्वर्गात प्रतिपृथ्वी तयार झाली.

■■■

अकरा

सर्वेक्षणाची ऐशी-तैशी

घरोघरी जाऊन सर्वेक्षण करणे, हे एक नवीन फॅड म्हणा, वैताग म्हणा किंवा कटकट म्हणा; मोठ्या शहरातून सुरू असते. विशेषत: मुंबई आणि मुंबईच्या परिसरातली महानगरं या दाट लोकवस्तीच्या आणि काँक्रीटच्या घनदाट अरण्यांच्या भागात घरोघरी जाऊन सतराशे साठ प्रश्न विचारून कसला तरी डोंबलाचा सर्व्हे केला जातो. या सत्कार्यावर, ज्यांना सरकारी किंवा मोठ्या कंपनीतली नोकरी मिळाली नाही, अशी खर्चाची बाजू आणि ज्या पदवीधर आहेत व दिसायला बऱ्यापैकी स्मार्ट आहेत, अशा साधारणपणे चुणचुणीत अशा तरुणींची नियुक्ती केली जाते. ही तरुणी किंवा स्मार्ट मुलगी कोणत्या तरी मोठ्या कंपनीच्या वतीनं रोजंदरीवर घरोघर सर्व्हेरीत अर्थात सर्वेक्षण करत हिंडत असते. तिच्याकडे एक लांबलचक छापील प्रश्नावली असते. डाव्या बाजूला आकडे टाकून प्रश्न छापलेले असतात. उजव्या बाजूला कोरी जागा असते. आपण, तुम्ही-आम्ही दिलेली उत्तरं संबंधित प्रश्नासमोरच्या कोऱ्या जागेत ती कुमारी सर्वेक्षण लिहिते. ही झाली पार्श्वभूमी.

एकदा दुपारी दोन वाजता दारावरची घंटी वाजली. मी दार उघडलं. कु. सर्वेक्षणा उभी होती. तिनं एकंदर शंभर प्रश्न आणले होते. त्या शंभर प्रश्नांची उत्तरं मी दिली. (इथं– धन्य आहे माझी!) कोणताही प्रश्न असो; मी बेधडकपणे वाटेल ती उत्तरं देत होतो. तिला अपेक्षित असलेलं एकही उत्तरं द्यायचं नाही, असं ठरवूनच उत्तरं देत होतो आणि ती उत्तरं लिहून घ्यायला भाग पाडत होतो. त्यातलीच काही प्रश्नोत्तरं आता देत आहे. मी 'रत्नागिरी टाइम्स' या लोकप्रिय वर्तमानपत्रात प्रत्येक रविवारी लिहीत असतो. हे माझ्या लेखाचं वाचन करणाऱ्या वाचकांना (जे नेहमी सहनशील फेम असतात) माहीतच आहे. काय योगायोग पाहा. शंभराव्या लेखातच शंभर प्रश्नांच्या उत्तरातील काही निवडक प्रश्नांची मासलेवाईक

उत्तरं देत आहे.

कु. सर्वेक्षणा : तुम्ही दररोज कोणत्या टूथपेस्टनं दात घासता? बहुराष्ट्रीय कंपनीच्या पेस्टनं की देशी पेस्टनं?

मी : देशी.

कु. सर्वेक्षणा : नाव काय त्याचं?

मी : राखुंडी. आम्ही गोवऱ्या जाळतो. रसरशीत विस्तव असतानाच त्यावर पाणी टाकतो. वाळल्यावर बारीक पावडर करून त्यात थोडं मीठ आणि तुरटी घालतो. या पावडरीनं दात झकास स्वच्छ होतात.

कु. सर्वेक्षणा : परंतु त्यातील किटाणूंमुळे दातांना इजा पोहोचते.

मी : हे पाहा मिस् सर्वेक्षणा, आमचं घराणं या देशात वेदकाळापासून चालत आलं आहे. वेदकाळातले त्या वेळचे आमचे पूर्वज, रामायण-महाभारत काळातले आमचे समकालीन पूर्वज, चंद्रगुप्त मौर्याच्या काळातले आमचे पूर्वज, हल्लीच्या नाही-नाही त्या टूथपेस्ट जन्माला यायच्या अगोदरच्या सर्व पिढ्यांतले आमचे पूर्वज, मी स्वत:, घरातली सर्व माणसं, माझे वंशज सर्व जण गोवऱ्या जाळून केलेली राखुंडीच वापरत असतो. देअर इज नो सबस्टिट्यूट फॉर राखुंडी! राखुंडी इज राखुंडी! पुढचा प्रश्न विचारा.

कु. सर्वेक्षणा : तुम्ही अंघोळीसाठी कोणता साबण वापरता? साबणामुळे अंगात तरतरी येते, उत्साह येतो. यासाठी तुम्ही कोणता साबण पसंत करता?

मी : हे पाहा मिस सर्वेक्षणा, अमुक साबण लावल्यामुळे अंगात तरतरी, उत्साह वगैरे वगैरे येतो, हे साफ खोटं आहे. साबणवाले पुन:पुन्हा याची जाहिरात करून साबण विकत घ्यायला प्रवृत्त करतात.

कु. सर्वेक्षणा : अंघोळ केल्यावर अंगात तरतरी येते, ही वस्तुस्थिती आहे. मग साबणाला श्रेय देण्याचे का नाकारता? जे सत्य आहे, ते मान्य करावं की!

मी : होय! जे सत्य आहे, ते मीही मान्य करतो. अंघोळ करताना गरम किंवा थंड असा पाणी नावाचा पदार्थही आपण वापरत असतो. पाणी आणि साबण मिळून हल्लीची अंघोळ होते. अंगात तरतरी,

हुशारी, उत्साह, प्रसन्नता, समाधान हे सगळं वाटतं ते पाण्यामुळे; साबणामुळे नाही! नाही, नाही! माझं म्हणणं पडताळून पाहायचं असेल, तर तुम्ही कोरड्या अंगावर सिनेमानट्यांच्या साबणापासून ते कॉलेजात शिकत असल्यासारखं दाखवणाऱ्या मुलीच्या साबणापर्यंत कोणताही साबण हातात घ्या. अंगाला मनसोक्त चोळत बसा. हे करताना अंगाला पाण्याचा थेंबसुद्धा लावू नका. आणि मग अमुक साबण आता अंगभर घासत बसल्यामुळे माझ्या अंगात तरतरी वगैरे पाच गोष्टी येतात, असं सांगण्याची हिंमत होते का; ते बघा. तरतरी वगैरे अंगात आणणं, हे पाण्याचे गुणधर्म असून साबणाचे नाहीत. तुम्ही मंडळी पाण्याचे चांगले गुणधर्म पळवून ते साबणाच्या नावावर खपवता. मी मात्र दररोज फक्त पाण्यानं अंघोळ करतो. कुठलाच साबण अंगाला लावत नाही. पाणी अंगावर घेतल्यानंतर मी सगळं अंग घसाघसा चोळतो; मग खसाखसा! अंग मस्तपैकी स्वच्छ होतं आणि पाण्यामुळेच अंगात तरतरी वगैरे येते. पुढचा प्रश्न विचारा.

कु. सर्वेक्षणा : स्वयंपाकासाठी घरात कोणत्या कंपनीचं गोडं तेल वापरता? ते फिल्टर्ड असतं, की रिफाइन्ड असतं?

मी : आम्ही पिढ्यान् पिढ्या बैलाच्या घाण्यावर काढलेलं करडीचं किंवा शेंगदाण्याचं तेल वापरतो. आमचे पूर्वज बौद्ध काळापासून हे असलंच गोडं तेल वापरत होते. आमचे पेशवेकालीन पूर्वजही घाण्यावरचंच तेल वापरत होते. मीही तेच वापरतो. आमच्या घराण्यात त्यामुळे कुणालाही धाड भरलेली नाही; उलट चटणीवर ताजं गोडं तेल घालून ती चटणी खाताना आम्हाला अप्रतिम आनंद वाटतो.

कु. सर्वेक्षणा : मीठ कोणत्या कंपनीचं वापरता?

मी : प्राचीन काळापासून आम्ही जे मीठ खातो, ते सुप्रसिद्ध अरेबियन सी सॉल्ट प्रोड्यूसिंग कंपनीचं. समुद्राकाठी या कंपनीची मीठ निर्मिती केंद्रं आहेत. ते मीठ उच्च प्रतीचं खारट असून हे मीठ खाल्ल्यामुळे आमच्या प्राचीन पूर्वजांपासून आमच्यापर्यंत कुणालाही, कसलाही आजार झाला नाही.

कु. सर्वेक्षणा : चहा कोणत्या कंपनीचा घेता? कोणता चहा घेतल्यावर तुम्हीही तबलावादक झाकीर हुसेनप्रमाणे 'वा:!' असे प्रशंसपर उद्गार

	काढता?
मी	: 'वा:' एवढा एकच एकाक्षरी शब्द उच्चारल्याबद्दल त्याला हजारो रुपये मिळतात. दुसरी गोष्ट म्हणजे, मी मुळातच चहा घेत नाही. चहा प्रकृतीला अपायकारक असतो, म्हणून मी कधीच चहा घेत नाही. तुमचं एक गिऱ्हाईक बुडालं.
कु. सर्वेक्षणा	: प्रत्येक सिगारेटच्या पकिटावर 'सिगारेट स्मोकिंग इन्ज्युरस टू हेल्थ' असं छापलेलं असतं. त्यावरून कोणता बोध घ्यावा?
मी	: नेहमी धूम्रपान करणाऱ्यांना आणि नवख्या मंडळींना सिगारेटचं पाकीट कोणत्या बाजूनं उघडायचं नाही, हे समजतं; हा या सूचनेचा फार मोठा फायदा आहे. मी सिगारेट ओढतच नाही. त्यामुळे तुमच्या प्रश्नाचं उत्तर त्यातच आलं.
कु. सर्वेक्षणा	: तुमची पत्नी कोणत्या साड्या नेसते?
मी	: टीव्हीवर सतत जाहिरातींचा मारा करून डोकं दुखायला लावणाऱ्या जाहिरातीमधल्या साड्या सोडून कोणत्याही साड्या तिला चालतात. त्या तुलनेनं स्वस्त पडतात. कारण त्या साड्यांची टीव्हीवर जाहिरात करण्यासाठी लाखो रुपये खर्च झालेले नसतात.
कु. सर्वेक्षणा	: तुम्ही तुमच्या तान्ह्या बाळाला अंघोळीच्या वेळी कोणता मुलायम साबण लावता?
मी	: साबणच लावत नाही. संपूर्ण अंगाला तेल लावून चांगलं मालिश करतो. गरम पाण्यानं अंघोळ घालतो. त्या वेळी हरभऱ्याच्या डाळीचं पीठ त्याच्या सर्व अंगाला चोळतो. मग पुन्हा गरम पाण्यानं अंग शेकतो. हे सगळं आमच्या घराण्यात महाराष्ट्रामध्ये वाकाटक, राष्ट्रकुल राजवटी होत्या तेव्हापासून चालत आलं आहे. तुमचा मुलायम साबण आणि मुलायम पावडर काल-परवा निर्माण झाली आणि मुलं गेल्या हजारो वर्षांपासून जन्माला येत आहेत. तेव्हा तुमचा साबण, पावडर आमच्या उपयोगी नाही. पारंपरिक पद्धतीनं आम्ही बाळाला न्हाऊ-माखू घालतो.
कु. सर्वेक्षणा	: तान्ह्या बाळाला व्हिटॅमिनच्या पुरवठ्यासाठी कोणते ड्रॉप्स वगैरे वापरता?
मी	: कुछ भी नहीं. बाळाला पारंपरिक पद्धतीच्या गुटीचं चाटण देतो. महाभारतकाळापासूनचे आमचे पूर्वज बाळाला जायफळ, मुरुडशिंग, बदाम वगैरे पदार्थांपासून तयार केलेली गुटी देत आले आहेत.

मीसुद्धा लहानपणी गुटीमुळेच गुटगुटीत झालो होतो.

कु. सर्वेक्षणा : तुमचा घरात केसांसाठी कोणता शांपू वापरता जातो?

मी : शांपू की ऐशी-तैशी! इ. स. पूर्व २००० वर्षांपासून आमच्या घराण्यातील स्त्रिया शिकेकाई वापरून न्हात होत्या. तुमचा शांपू काल-परवा जन्माला आला. तोपर्यंत आमच्या पूर्वज स्त्रिया वाट बघत बसल्या असत्या, तर केसांची वाट लागली असती.

कु. सर्वेक्षणा : मुलांना भूक लागल्यावर दोन मिनिटांत तयार होणारं नूडल्स देता काय?

मी : मुळीच नाही. नूडल्सच्या गुंतवळ्यापेक्षा आमची शेवयाची खीर बेस्ट!

कु. सर्वेक्षणा : मिक्सर कोणता वापरता?

मी : ज्ञानेश्वरपूर्वकाळापासून कुटणं, वाटणं या कामासाठी आमच्या घराण्यात पाटा, वरवंटा आणि खलबत्ता वापरण्याची पद्धत आहे. पाटा, वरवंटा दगडाचा असल्यामुळे आणि खलबत्ता लोखंडाचा असल्यामुळे बिघडणं, नादुरुस्त होणं– हा प्रकारच नाही. सात मानवी चिरंजीवांप्रमाणे (अश्वत्थामा, बलीर्व्यासी... वगैरे) पाटा-परंवटा आणि खलबत्ता या दोन वस्तू चिरंजीव आहेत.

ती कु. सर्वेक्षणा मला प्रश्न विचारत होती आणि मी उत्तरं देत होतो. उत्तरांची माझी स्टाईल कशी होती, हे आता सांगितलंच आहे. याच पद्धतीनं मी तिनं विचारलेल्या शंभर प्रश्नांची उत्तरे दिली आणि ती शंभर उत्तरं तिला लिहून घ्यायला लावली.

■ ■ ■

बारा

कान आणि परमेश्वर

घोरपासून ते सर्वसाधारणपर्यंत विविध प्रकारच्या तपश्चर्या या महन्मंगल देशातील लोकांनी केल्या होत्या. प्रत्येक वेळी परमेश्वर त्यांना प्रसन्न होऊन त्यांनी मागितलेल्या वराला 'तथास्तु' म्हणत असे. हा उपक्रम हजारो वर्षं सुरू होता. तपश्चर्या, परमेश्वर प्रसन्न, वर मागणं आणि 'तथास्तु', असा हा चतु:सूत्री कार्यक्रम होता. कुणी तपश्चर्येला बसला की, परमेश्वराला त्याची कुणकुण लागायची. त्याप्रमाणे पृथ्वीतलावर जाऊन त्या व्यक्तीला प्रसन्न होण्याच्या तयारीला तो लागत असे. मोक्षापासून ते मूल होऊ देईपर्यंत काहीही मागितलं, तरी लगेच 'तथास्तु' म्हणायचं आणि दुसऱ्या 'लगेच'ला (चाल : दुसऱ्या क्षणाला) अंतर्धान पावायचं, या पद्धतीनं यायचं आणि जायचं– हेही ठरून गेलं होतं. पुढं ही प्रथा बंद पडली. बंद म्हणजे किती? शेकडो वर्षं बंदच आहे.

खरं म्हणजे, परमेश्वराला प्रसन्न करून घेऊन वर मागून घेण्याची प्रथा फार चांगली होती. पुराणकाळात तर हिरण्यकश्यपू, रावण, भस्मासुर आदी राक्षसांनी आणि दुर्जनांनीही याचा वाजवीपेक्षा जास्तच लाभ उठविला होता. वराचा दुरुपयोग तर सर्रास होत होता. कदाचित यामुळेच पुढं-पुढं परमेश्वरानं प्रसन्न व्हायचं सोडलं असावं. हल्ली मात्र पुन्हा या प्रथेचं पुनरुज्जीवन व्हावं, अशी परिस्थिती सर्वत्र निर्माण झाली आहे. पुन्हा परमेश्वरानं पृथ्वीवर वर देण्यासाठी येणं-जाणं सुरू करावं, असं निदान मला तरी नेहमी वाटू लागलं आहे. तपश्चर्या म्हणजे, मला तर एक प्रकारचा विनंती अर्जच वाटतो.

हल्ली सर्वत्र काय काय चाललं आहे, हे आपण आपल्या पदरचे दोन-अडीच रुपये दररोज खर्चून वर्तमानपत्रांतून वाचत असतो. सध्या स्वातंत्र्याचा सुवर्णमहोत्सव नसून नाना प्रकारच्या दुराचारांचा सुवर्णमहोत्सव आहे, असं वाटण्याइतकी भयंकर परिस्थिती आहे. सर्व प्रकारचा त्रास तर आहेच; पण भयंकर गोष्टी लक्षात

ठेवणं आणि काय वाटेल ते सतत ऐकत राहणं, या दोन गोष्टींमुळे माणूस हैराण-हैराण होऊन जातो. किती म्हणून सहन करायचं? यावर मला एकच रामबाण उपाय सुचला. तो म्हणजे, पूर्वीच्या लोकांप्रमाणे आपणही तपश्चर्या करून परमेश्वराला प्रसन्न करून घ्यायचं आणि त्याला आपल्या सर्व अडचणी प्रत्यक्षच समोरासमोरच सांगायच्या. परमेश्वर लगेच 'तथास्तु' म्हणून ॲक्शन घेईल. पूर्वीच्या काळातील तपश्चर्येच्या वेळी परमेश्वराकडे तोंडी वर मागितला तरी चालत असे. कारण प्रत्येक जण फक्त एकाच वरासाठी तपश्चर्या करत असे. हल्ली तसं करून चालणार नाही. हजार खेकटी आहेत. काय-काय म्हणून सांगत बसणार? परमेश्वराला तर आल्या-आल्याच परत जायची घाई असते.

यावर उपाय काय? मी विचार केला. आपण एक लेखी निवेदनच तयार करावं आणि ते निवेदन परमेश्वरानं 'वरं बूहि' असं म्हटलं की, त्याच्या करकमलात द्यायचं. तो ते निवेदन नंतर वाचून त्याप्रमाणे कार्यवाही करील.

मी एक निवेदन तयार केलं. त्यात सर्व अडचणी लिहिल्या. मग तपश्चर्या सुरू केली. कलियुगात तपश्चर्येचा कार्यकाळ मर्यादित असतो. मी फक्त एक महिनाच तपश्चर्या केली. एवढ्यात परमेश्वर प्रसन्नदेखील झाला. नेहमीच्या पद्धतीनं, तो 'वरं ब्रूहि' असं म्हणताच मी त्याच्या करकमलात माझं निवेदन पत्र दिलं. ते घेऊन परमेश्वर म्हणाला, "ठीक आहे. वाचून बघतो आणि नंतर कळवतो." परमेश्वराचं हे उत्तर ऐकून मी चक्रावलो. नेहमीप्रमाणे लगेच 'तथास्तु' म्हणायचं सोडून त्यानं ही नवीन लालफीतवाली सरकारी स्टाईल कुठून काढली? हे निवेदन त्याच्या फाईलीत अडकून पडलं आणि ती फाईलच लोकशाही पद्धतीनं गहाळ झाली, तर काय करायचं? बघू या काय होतं ते.

मी त्या निवेदनाची एक झेरॉक्स प्रत काढून ठेवली आहे. त्यातील महत्त्वाचा भाग पुढं देत आहे.

<u>निवेदन</u>

परमेश्वरा, तू मला कान दिलेस आणि त्या कानांनी मला छान ऐकायला येत होतं, याबद्दल मी तुला लाख-लाख धन्यवाद देत होतो. कान हे महत्त्वाचं ज्ञानेंद्रिय आहे. ते शाबूत आहे याचा मला अभिमान वाटत होता. परंतु हल्ली कान म्हणजे डोकेदुखी होऊन बसली आहे. कानांवर नाना प्रकारचे एवढे आवाज येऊन आदळतात की, माझं डोकंच काय, पण माझ्या कानांचं डोकंही दुखू लागलं आहे. कान असणं म्हणजे कानांनी ऐकू येणं, हा हल्ली शाप आहे, असं वाटू लागतं. घरातही नाही–नाही ते ऐकून घ्यावं लागतं. बाहेर तर काय, आवाजाचे लोंढेच्या लोंढे कानांवर आदळत असतात. अशा वेळी आपण जन्मजात बहिरे असतो, तर किती छान झालं

असतं, असं वाटू लागतं. घरात 'द्या' आणि 'आणा' ही दोन क्रियापदं ऐकून-ऐकून दरमहा माझे शेकडो रुपये खर्च होतात. संसारातली ही दोनच क्रियापदं माझ्या आयुष्यातली सगळी कमाई संपवून टाकतात. तरीही द्या आणि आणा यांचे हट्ट पुरविण्यासाठी पुन:पुन्हा पैसे मिळवावे लागतात.

परमेश्वरा, मधून-मधून इतर वाक्यंही कानावर आदळत असतात. मला साड्या आणायच्या आहेत, आमची ट्रीप महाबळेश्वरला जाणार आहे, आई महिनाभर राहायला येणार आहेत (हिची आई- माझ्या सासूबाई), मेहुण्याला (माझ्या) एक हजार रुपये द्या, साखरपुडा दणक्यात करायचा बरं का... अशी किती तरी वाक्यं असतात. त्यातलं प्रत्येक वाक्य महागडं असतं. मला दोन साड्या आणायच्या आहेत, या वाक्यातल्या प्रत्येक शब्दाची किंमत किमान दोन-दोनशे रुपये तरी असते. आमची ट्रिप... हे पाच शब्दांचं वाक्य जवळजवळ साडी-वाक्याइतकंच महाग असतं. साखरपुड्याच्या वाक्याची किंमत पाच हजारांच्या खाली नसतेच. नुसती सोन्याची अंगठीच गचकन तीन-साडेतीन हजार रुपये खाते. साखरपुडा म्हणजे सात-आठ हजारांना फटका असतो. असली एकापेक्षा एक महाग वाक्यं ऐकत असताना कुणी तरी उकळतं तेल ओतावं, अशा प्रकारच्या यातना कानांना होत असतात. परमेश्वरा, कान हा दुर्दैवी अवयव आहे. हजारो गोष्टी कानांना ऐकाव्या लागतात, सहन कराव्या लागतात. कानांवर हा एक प्रकारे अत्याचारच आहे. परमेश्वरा, कानांबद्दल आणखीही बरंच काही सांगायचं आहे.

परमेश्वरा, तू कान हा अवयव काही तरी चांगलं, भद्र ऐकण्यासाठी दिला असावास. तुझा मूळ हेतूही चांगला आहे. 'भद्रं कर्णेभि: श्रुणुयाम' अशी इच्छा ऋषिमुनी यांनीही व्यक्त केली होती. परंतु हल्ली भद्रम् वगैरे कुठं गायब झालं, कुणास ठाऊक? कानांवर काय काय येऊन आदळतं, कानांना काय काय सहन करावं लागतं; हे सांगायचं झालं, तर लांबलचक यादी तयार होईल. तरी बरं, काही-बाही वाईट बोलणं, निंदा या गोष्टी डायरेक्ट कानांवर येत नाहीत. याचं कारण परनिंदा ही नेहमी संबंधित व्यक्तीच्या पाठीमागं करायची, असा एक संकेत फार पूर्वीपासून जगभर रूढ आहे. त्यामुळे आपली निंदा सरळ आपल्या कानांवर येऊन आदळत नाही, ही एक कानांना दिलासा देणारी गोष्ट आहे; परंतु तेवढंच! बाकी हजारो आवाजांचा हल्ला कानांवर सतत होत असतो, त्याचं काय? कान हा एकंदरीत कमालीचा सहनशील अवयव आहे. परमेश्वरा, असा अवयव घडविण्याचं कारण तरी काय? इतकं असूनही तुझी कृपादृष्टी मात्र डोळ्यांवर असते. 'चक्षुर्वे सत्यम्' म्हणजे डोळ्यांनी जे पाहिलं जातं, तेवढंच खरं! कानांनी ऐकलेल्या गोष्टींवर कुणी फारसा विश्वास ठेवत नाही. ऐकीव बातमी– अशा शब्दांत त्याची

उपेक्षा केली जाते. ही तर कानांची शोकांतिका आहे.

परमेश्वरा, कान आणि डोळे या दोन दर्शनी अवयवांच्या बाबतीत तू पक्षपात केला आहेस. एखादी गोष्ट पाहू नये असं वाटलं, तर डोळ्यांना पापणी नावाचा दरवाजा आहे. त्यामुळे हा दरवाजा कधीही बंद करणं डोळ्यांना शक्य होतं.

कान मात्र या बाबतीत दुर्दैवी आहेत. डोळ्यांप्रमाणे कानांना पापण्या नावाचे दरवाजे नाहीत. कान नेहमी धर्मशाळेप्रमाणे रात्रंदिवस उघडेच असतात. त्यामुळे कानांत भयंकर गाणी, वाहनांचे आवाज, सर्व प्रकारच्या वाहनांच्या हॉर्नचे कर्कश आवाज, भांडणं, लाऊड स्पीकरवरची नाना प्रकारची भाषणं, मोर्चांमधील घोषणा, शेजारचे टीव्ही, टेपरेकॉर्डर, व्हीसीआर, रेडिओ, मुलांचं गॅलरी व गल्ली-बोळातलं क्रिकेट, ओरडून-ओरडून आवाजाचं वाटोळं झालेल्या फेरीवाल्यांचं बे (भे)सूर ओरडणं, वैयक्तिक पातळीवरची भांडणं, दिवाळीतले फटाके, चुकून-माकून किंवा मधून-मधून भारताचा क्रिकेटमध्ये जय होतो, त्या वेळी अचानक वाजणारे फटाके (अचानकच की! जय काय आधी निरोप, सांगावा पाठवून थोडाच होत असतो? प्रतिपक्षाचं नशीब ऐन वेळी अनुकूल नसलं, तर जय आपला, हे ठरलेलं आहे. असो!) – असे किती आवाज सांगावेत?

परमेश्वरा, माझ्या तशा आणखीही बऱ्याच मागण्या आहेत. या तपश्चर्येद्वारा कानांबद्दलची तक्रार मी या लेखी निवेदनाद्वारे सादर करत आहे. यावर तू सहानुभूतिपूर्वक विचार करून माझ्या कानांवर तू पापण्या बसव किंवा सरळ बहिरा करून टाक; शेवटी तेसुद्धा परवडेल. उत्तराची आणि कार्यवाहीची मी वाट पाहत आहे.

∎∎∎

तेरा

दुकानातली गिऱ्हाइकं

बाजारात नाना प्रकारची दुकानं असतात. कोणकोणती दुकानं असतात, हे तुम्हा-आम्हाला माहीत आहे. उगीच लांबलचक यादी कशाला सांगत बसायचं? दुकानांशिवाय रस्ते दुतर्फा व्यापून बसणारे विक्रेतेही भरपूर असतात. जागतिक बँकेचं कोट्यवधी रुपयांचं कर्ज काढून रस्ते रुंद केले जातात. सरकार लाखो रुपये व्याज भरतं आणि इमारती पाडून रस्ते रुंद केले जातात. असे रुंद रस्ते प्रचंड वाहतुकीसाठी आवश्यक असतात. असे रस्तेही रस्त्यावरच्या विक्रेत्यांनी व्यापून टाकलेले असतात. हीसुद्धा बिनभिंतींची आणि बिनछपरांची दुकानंच असतात. तिथंही वाटेल त्या वस्तू मिळतात. गणवेषवाल्यांपासून ते स्थानिक लोकप्रतिनिधींपर्यंत अनेकांचे 'कृपाशीर्वाद' त्यांना लाभलेले असतात, म्हणे.

आता लेखाच्या शीर्षकाकडेच वळतो. आमच्या घराच्याजवळच माझ्या मित्राचं एक जनरल स्टोअर्स आहे. जनरल स्टोअर्स म्हटलं की, शंभर-दोनशे प्रकारच्या वस्तू असतात. तिथं डांबराच्या गोळ्या, कोंबडीची अंडी, जानवी जोड, बूट पॉलिश, सुया, टाटा मीठ, रंगीत दोरे, गुटखा, बिड्या, सिगारेट, काड्याच्या पेट्या, चॉकलेट, गोळ्या, वेफर्स, वह्या, कागद, पेन्सिली, ब्रेड, पाकिटं, कागद, फरसाण, दूध, बटर, खडू– काय काय म्हणून सांगावं? असल्या दुकानांत इतकं सगळं ठेवावंच लागतं. विशिष्ट दिवसांत पतंग-मांज्या, पंधरा ऑगस्टला तिरंगी ध्वज, दिवाळीत उटणे, अत्तर, रांगोळी, रांगोळीचे रंग, अनारशांचं तयार पीठ, संक्रांतीच्या दिवसात पॉलिश केलेले तीळ, चिक्कीचा गूळ, तिळाचे लाडू, हलवा हे पदार्थ ठेवावे लागतात. उन्हाळ्यात रसना वगैरे सरबतीय वस्तू ठेवाव्या लागतात. सणाच्या आदल्या दिवशीपासून अमुल, वारणा वगैरे श्रीखंड, आम्रखंड ठेवावं लागतं. गणपतीच्या दिवसांत माव्याचे मोदक, श्रावण महिन्यात जिवतीच्या चित्रांचे छापील कागद, होळीच्या सुमारास अंगावर टाकण्यासाठी रंग आणि पिचकाऱ्या,

रबरी फुगेही ठेवावे लागतात. जून महिन्यात वह्या, पाट्या, दप्तरं, फूटपट्ट्या, कंपास वगैरे वस्तू भरून ठेवायच्या असतात.

जनरल स्टोअर्समध्ये कित्येक वस्तू बारमाही लागणाऱ्या असतात, तर काही वस्तू त्या-त्या प्रसंगानुरूप लागत असतात. या दुकानात माझा मित्र आणि त्याची पत्नी असते. प्रामुख्यानं दररोज पत्नीच दुकान चालवते. तिथं नाना प्रकारची गिऱ्हाइकं येत असतात. दुकान मुख्य रस्त्याच्या आतील बाजूला असलेल्या लहान उपरस्त्यावर आहे. त्या छोट्या रस्त्यावरही बऱ्याच इमारती आहेत. माणसंही बरीच राहतात. ही माणसं या दुकानाची गिऱ्हाइकं आहेत. त्या दुकानात अनेकदा जाणं-येणं असल्यामुळे प्रत्येक खेपेला गिऱ्हाइकांचे विविध नमुने बघायला मिळतात. असले काही नमुने मी सादर करतो. प्रत्येक गिऱ्हाइकांचे नाव वगैरे लिहीत नाही. फक्त त्याच्या तोंडचं बोलणं अवतरण चिन्हात देत आहे. मधून दोघा मालकांपैकीही बोलतात. त्यांचं बोलणंही नुसतं अवतरण चिन्हात देत आहे. गिऱ्हाइकाचं बोलणं कोणतं आणि मालकाचं बोलणं कोणतं, हे संदर्भावरून सहज समजेल.

"गुट्टा द्या." (पाच वर्षांच्या मुलाचे बोबडे बोल.)

"माणिकचंद पाहिजे की अलिबाबा?"

"आईबाबा गुट्टा द्या."

"पैसे आणलेस का?"

"हे घ्या."

"अजून पन्नास पैसे आण."

"बाबा म्हणतात, मग देतो."

"मागले पाच रुपये बाकी आहेत. बाबांना सांग."

(पाच वर्षांच्या पोराला गुटखा आणायला सन्माननीय तीर्थरूप पाठवतात. आठ आणे कमी देतात. गुटख्याचीच आधीची पाच रुपये उधारी आहे. कोवळ्या मुलाला गुटखा आणायला पाठवणारे बापश्री मुलावर कसले डोंबलाचे संस्कार करणार?)

"एक सिगारेट द्या– फोर स्क्वेअर– माचिस कुठं आहे? (धूर सोडत) लिहून ठेवा."

"आधीच्या तीन सिगारेटचे पैसेही बाकी आहेत."

"असू द्या. आज तीन तारीख आहे. महिन्यातल्या सगळ्या सिगारेटींचे पैसे एक तारखेला एकदमच देऊन टाकतो. आणखी एक सिगारेट द्या."

(हीरोसारखे कपडे, गॉगल, रुबाब– सर्व काही. पण उधारी मात्र एकेका सिगारेटची.)

"एक डझन अंडी, साखर एक किलो, दोन मोठे ब्रेड, अमुल बटर दोन पाकिटं, ब्रिस्टॉल सिगारेट दोन पाकिटं, थम्सअप दहा बाटल्या, बटाटा वेफर्स अर्धा किलो, फरसाण एक किलो, वारणा दूध दोन लिटर. याशिवाय अमुक द्या, तमुक द्या आणि वगैरे वगैरे द्या."

(नाराजीनं सर्व वस्तू दिल्या जातात.)

"एकंदर किती पैसे झाले?"

"चारशे अठ्ठ्याण्णव रुपये."

"मग दोन रुपयांची चॉकलेटं द्या. म्हणजे पाचशे रुपये राऊंड फिगर होईल. तुम्हाला आणि मला दोघांनाही लक्षात ठेवायला सोपा आकडा आहे. काय मिसेस... बरोबर आहे ना? (हि: हि: हि:!)"

"आधीची बाकी बरीच आहे. (वहीत बघून) नऊशे पंच्च्याण्णव रुपये आहे."

"मग असं करा, पाच रुपयेवाली छोटी कॅडबरी द्या. म्हणजे बरोबर वन थाऊजंड होतील. लक्षात ठेवायला दोघांनाही सोपं."

"आमचं दुकान तसं फार मोठं नाही. एवढी उधारी पेलवत नाही."

"डोंट वरी मिस्टर अँड मिसेस टिंब टिंब! गव्हर्नमेंट काँट्रॅक्टच्या कामाची माझी दोन बिलं अडकली आहेत. एक पंचाहत्तर हजारांचं आहे आणि दुसरं सव्वा लाखाचं आहे. ते आले की, एकरकमी पैसे देतो. त्या साहेबालाच आज पार्टीसाठी घरी बोलावलं आहे. त्या वेळी बिलं पास करून घेण्याची व्यवस्था करतो. बाय द वे, दोनशे रुपये द्या. त्या साहेबासाठी दारूची बाटली आणायची आहे. एकदा का दारूचे ग्लास पोटात गेले की, हा साहेब सगळी बिलं फटाफट पास करतो. मग मी सतराशे रुपये कॅश आणून देतो. मी तिकडेच आता जाणार आहे. एक ब्रिस्टॉल सिगारेट द्या. या सिगारेटचे पैसे मात्र उद्या सकाळी कॅश देतो. आय डोंट लाइक असली पेटी उधारी ठेवणं."

(असली अफलातून गिऱ्हाईकंही या दुकानात येतात. 'घरात नाही दाणा आणि जहागीरदार म्हणा', या टाईपची.)

(एक गरीब बिचारी साधी बाई येते.)

"एक बिडी बंडल, माचिस द्या. ह्ये म्हनाले, ल्हिवून ठेवा."

"बाई, उधारी बरीच तुंबली आहे."

"वहिनीबाय, मला ठाऊक हाय. पन नवरा लै भडक डोस्क्याचा हाय. पुन्ना पुन्ना उधार बिड्या आनायला मी जानार न्हाय म्हनल्यावर त्यानं मला लै मारलं बगा."

(टिपटॉप रुबाबदार माणूस येतो.)

"एक सिगारेट द्या. (पेटवतो, तिथंच धूर सोडतो. तो धूर हातानं घालवत मिसेस टिंब टिंब बाजूला होतात.)

"हंड्रेड रुपी नोट आहे. चेंज द्या."

"एका सिगारेटसाठी सकाळी सकाळी नव्याण्णव रुपये देऊन कसं चालेल? पाहिजे तर एक रुपया उद्या आणून द्या."

"एक रुपयाचं सोडा. मला सुटे पैसे पाहिजेत. रिक्षावाला शंभराची मोड देणार नाही. स्टेशनवर पेपरपण घ्यायचा आहे. तिथंही चेंज मिळणार नाही."

(बाई झक्कत नव्याण्णव रुपये देतात.)

(चांगल्या घरचा शाळकरी मुलगा येतो.)

"काकू, एक 'अलिबाबा' आणि एक सिगारेट द्या. मी ही काड्याची पेटी नेतो. लांब जाऊन सिगारेट ओढायची आहे. येताच माचिस परत करतो."

(ते पोरगं सिगारेट, माचिस आणि अलिबाबा नामक गुटखा घेऊन जातं.)

"काकू, थोडीशी बडीशेप खायला द्या. तोंडाला सिगारेटचा वास येतो. घरी जायचंय. वास येऊ नये, म्हणून इथंच बडीशेप खाऊन जातो."

(फुकटची बडीशेप खाऊन जातो.)

"अंगाचा साबण दाखवा. लक्स नको; तो ठेवून द्या. हमाम दाखवा. नाही तर हमाम नको, संतूरच दाखवा. सॉरी हं, म्हैसूर सँडल दाखवा. अय्या! इतका महाग आहे तर मग निरमा दाखवा. निरमा घेऊ, की ब्रीझ घेऊ? हे दोन्ही ठेवा. नंतर येऊन घेऊन जाईन. सध्या घरात साबण आहे."

"बाई, पार्ले ग्लुकोज बिस्किटाचा हा पुडा चार रुपयेवाला आहे. मी छोट्या मुलाला पाठवलं होतं. तुम्ही त्याला फक्त पाचच रुपये दिले. लहान मूल बघून एक रुपया ढापलात वाटतं?"

"वाटेल ते आरोप काय करता? मी इथं पाच रुपयांचं नाणं ठेवलं होतं आणि नाण्यांमधलं एक रुपयांचं नाणं शोधत होते. एवढ्यात तुमचा छोटा मुलगा पाचच रुपये घेऊन पळत सुटला. मी बाहेर येऊन त्याला हाक मारली होती. तो पळतच गेला; त्याला मी तर काय करणार?"

"काय करणार म्हणून मलाच विचारता? लहान लेकरू आलं की असेच उरलेले पैसे ढापत राहा. धंद्यात माफक खोटं बोलावं लागतं. पण अजाण, निष्पाप देवाघरची फुलं अशा लेकराचा एक रुपया मारून कसला स्वार्थ साधलात? तुम्ही बाईमाणूस आहात म्हणून सौम्य बोलतो. तुमचे मिस्टर असते, तर एका रुपयासाठीसुद्धा सगळं गाव गोळा केलं असतं. 'बंद' पुकारून महाराष्ट्रातली झाडून सगळ्या

प्रकारची दुकानं फुल एक महिना बंद ठेवली असती.''

"कोलगेट टूथ पेस्ट केवढ्याला?''

"शंभर ग्रॅमची ही ट्यूब एकोणीस रुपयांना पडेल.''

"एकोणीस म्हणजे टू मच! पंधराला द्या.''

"छापील किंमत आहे.''

"छापणारे शंभर ग्रॅमला शंभर रुपयेसुद्धा छापतील. मी मग शंभर रुपये द्यायचे का? खरं म्हणजे पंधरा रुपयेसुद्धा फार होतात.''

ही झाली गिऱ्हाइकं. सेल्समेन आपल्याकडच्या वस्तू दुकानात ठेवल्या जाव्यात, यासाठी फार चिकट पद्धतीचा लोचटपणा करतात. गळ घालतात. त्यांच्या वस्तू तशा खास स्टँडर्डच्या नसतात, म्हणून गळेपडूपणा करतात. हे दृश्यही प्रत्येक दिवशी पाहायला मिळतं.

दिवसभरात मानवी स्वभावाचे खूप नमुने बघायला मिळतात. आता दाखवला तो नुसता ट्रेलर आहे. संपूर्ण नमुने दाखवायचे झाले, तर वीस रिळांच्या सिनेमा-एवढे नमुने बघायला मिळतील.

■ ■ ■

चौदा

नशीब-दि ग्रेट

फार म्हणजे फार मोठा बादशहा असला की त्याच्या नावापुढं 'दि ग्रेट' असा सन्मान इंग्लिशमध्ये लावला जातो. अलेक्झांडर दि ग्रेट, अकबर दि ग्रेट, शिवाजी दि ग्रेट वगैरे. नावापुढं 'दि ग्रेट' लावायला तसं जबरदस्त कार्य असावं लागतं. व्यक्तिमत्त्वही तसंच ग्रेट असावं लागतं. गोविंदराव बुडकुले दि ग्रेट (डिस्पॅच क्लार्क) असं कुणी म्हणेल का? मुळीच नाही. दि ग्रेटच्या ठायी कर्तुम कर्तुम सामर्थ्य असावं लागतं. अशाच एका जगभर सदासर्वकाळ प्रसिद्ध असलेल्या व्यक्तिमत्त्वाचा परिचय करून घेऊ या. तुम्ही म्हणाल, सदासर्वकाळ जगभर प्रसिद्ध असलेल्याचा आणखी कसला परिचय करून देणार आहात? तेच सांगणार आहे. फार मोठे असूनही त्याला अजूनपर्यंत कुणीही ग्रेट म्हटलेलं नाही. खुद्द त्यांचीच ही खंत आहे.

लेखाच्या शीर्षकावरून अंदाज आला असणारच. मी नशिबाविषयी सांगणार आहे. खरं म्हणजे, नशिबाइतकं पॉवरबाज या जगामध्ये दुसरं काहीही नाही. अशी वस्तुस्थिती असूनही नशिबाला दडपण्याचा नसता उद्योग सतत केला जातो. नशिबाचा शत्रू नंबर एक किंवा एकच शत्रू कोण असेल, तर 'प्रयत्न' हा होय. आपलं वर्चस्व सतत गाजविण्यासाठी प्रयत्न सदैव प्रयत्नशील असतो. त्याला नशिबाचं स्वयंभू मोठेपण मत्सरापोटी सहन होत नाही. माणसंपण मजेशीरच असतात. 'प्रयत्न' आपलं मोठेपण माणसावर सतत लादून माणसाचं ब्रेन-वॉशिंग करत असतो. एकदा ब्रेन-वॉशिंग झालं की, स्वत: मेंदू सरळ झोपी जातो. नशीब असल्या-कसल्या फंदात पडत नाही. ते स्वत:चं कार्य मुकाट्यानं करत असतं. तरीही तिथं प्रयत्न कडमडतोच. "माझ्यामुळे हे सोन्याचे दिवस श्रीयुत अमुक तमुक यांना आले", असा खोटा प्रचार प्रयत्न सतत करत असतो. नशिबाचे आशीर्वाद असले, नशिबाची कृपादृष्टी असली; तरच सोन्याचे वगैरे दिवस येतात. प्रयत्न सगळेच करत असतात,

परंतु भाग्य थोड्यांचंच उजळतं.

प्रयत्न आणि नशिब यात एक महत्त्वाचा फरक आहे. प्रयत्न हे संपूर्णपणे 'मॅन मेड' प्रकरण आहे, तर नशीब हे 'डिव्हाइन मेड' सुप्रीम असे काही तरी आहे. नशीब म्हणजे माणसाला अज्ञात आणि अदृश्य अशी ईश्वरी इच्छा. त्या इच्छेप्रमाणे जे काही घडायचं असतं, तेच घडतं. प्रयत्नाची साथ होती म्हणून यश आलं, हे नशिबानं फारच चांगला जम बसवून दिल्यावर त्या नशिबाला नुसतं थँक्यूसुद्धा न म्हणता माणूस सगळं श्रेय प्रयत्नाला देतो. प्रयत्न हे मानवी अपत्य आहे, त्यामुळे प्रयत्नाचे लाड केलेच पाहिजेत. सगळं काही नशिबावर अवलंबून असलं, तरी जेमतेम दहा-पाच टक्केच कर्तृत्व असलेल्या प्रयत्नांचंच मन:पूर्वक अभिनंदन केलं जातं. नशिबाच्या स्वत:च्या नशिबात सवंग लोकप्रियतेचा योग नाही, हेच शेवटी खरं.

प्रयत्नानं (म्हणजे मिस्टर प्रयत्न यानं) नशिबाला फारच बदनाम करून ठेवलं आहे. केवळ आपलं बस्तान नीट बसावं, कायमचं बसावं, या स्वार्थी महत्त्वाकांक्षेनं मिस्टर प्रयत्न यानं नशिबाला सतत दडपून टाकण्याचं कार्य केलं आहे, करत आहे आणि भविष्यकाळातही करत राहणार आहे. बुद्धिवादी माणसं तर झुरळ झटकावं तसं नशिबाला टिचकीसरशी झटकतात आणि प्रयत्नाला म्हणतात, ''ये ये, प्राणप्रिय प्रयत्ना ये, मला तुझी स्तुतिगीतं म्हणायची आहेत.'' नशिबाला कितीही झटका; शेवटी नशीब आपल्या नशिबात वाईट जे काही असेल, ते दाखवणारच. प्रत्यक्ष गीतेतसुद्धा श्रीकृष्णानं हे मान्य केलेलं आहे. गीता संपायच्या अठराव्या अध्यायात (कर्मयागाचं महत्त्व सांगून झाल्यावर) श्रीकृष्ण अर्जुनाला म्हणतात, ''कोणतंही कार्य करताना जागा, कर्ता, साधन आणि कृती या चार गोष्टी लागतातच. परंतु, हे सर्व असूनही (कार्यसिद्धीसाठी) पाचवं दैव लागतंच. दैवं चैवात्र पंचमम!'' पहिल्या चार गोष्टींतून काय निष्पन्न होणार, हे नशिबाला अगादेरच माहीत असतं. नशीब त्याप्रमाणे करतं. नशीब म्हणजे अदृश्य आणि अज्ञात ईश्वरी इच्छा असते, हे मघाशी सांगितलंच आहे. नियतीची इच्छा म्हणजे नशीब.

कुणी तरी एखादा माणूस एक नोकर (क्लार्क, हेडक्लार्क) म्हणून एखाद्या प्रतिष्ठित उद्योजकाच्या ऑफिसात नोकरीला असतो आणि तोच कारकून किंवा हेडक्लार्क हिंदुस्थानातला नंबर वन वरचा श्रीमंत बनला आहे, हे त्याच्या आयुष्यातच बघायला मिळालं. त्या माणसाचं नाव धीरूबाई अंबानी आहे. कारकून, हेडक्लार्क लाखांनी मिळतील; पण ते का अंबानी झाले नाहीत? तेही काम करतात, तेही प्रयत्नशील आहेत; पण ते अंबानी होऊ शकले नाहीत. कारण नियतीनं त्यांच्या ललाटी ते लिहून ठेवलं नव्हतं. नशीब-नशीब म्हणतात, ते हे.

आपण भारताचे पंतप्रधान होऊ, असं देवेगौडा यांना स्वप्नात तरी वाटलं होतं काय? (असं सांगतात की, ते लोकसभेतसुद्धा झोपत असत म्हणे.) त्यामुळे झोपेत स्वप्न आणि स्वप्नात पंतप्रधानपदाची शपथ, हे दृश्य स्वप्नातसुद्धा आलं नसणार. आपण या देशाचे पंतप्रधान होऊ, हे स्वप्नच मुळी आवाक्याबाहेरचं होतं. परंतु नशीब नावाच्या अदृश्य शक्तीनं देवेगौडांना पंतप्रधान केलं... नशीब! दुसरं काय? विमानाचे पायलट हजारो असतात, पण ते रिटायर होईपर्यंत तसेच राहतात. परंतु, नियतीनं एका पायलटच्या नशिबी चक्क असं लिहून ठेवलं होतं की, 'वत्सा, तू पंतप्रधान होणार!' त्याप्रमाणे घडलं.

डॉ. श्रीराम नेने हे कोण कुठले, हे कुणाला तरी माहिती होतं का? इकडे हिंदुस्थानात माधुरी दीक्षित लाखो तरुणांच्या 'दिल की धडकन' होती. लाखो तरुणांनी त्यांच्यातर्फेच पन्नास टक्के प्रेम माधुरीला अर्पण केलं होतं. सिनेमातले हीरोसुद्धा टपून बसले होते. परंतु 'दैवं चैवात्र पंचमम्' हेच खरं. आणि नियतीनं डॉ. श्रीराम नेने या सध्या अमेरिकेत राहत असलेल्या व्यक्तीबरोबर माधुरी दीक्षितचं लग्न लावून टाकलं. हे नशीब नावाच्या ईश्वरी शक्तीनं घडवून आणलं.

जणू काही ईश्वराचेच अवतार— अशी आपली श्रद्धा असलेले श्रीराम आणि श्रीकृष्ण यांचीसुद्धा तीच कथा आहे. कैकयीचा हट्ट हे आपलं तात्कालिक निमित्त. अज्ञात ईश्वरी पूर्व-इच्छेप्रमाणे रामाला वनवासाला जावंच लागणार होतं. श्रीकृष्णाच्या तळपायाला व्याधाचा बाण लागणं, हेसुद्धा तात्कालिक निमित्तच होय. नियतीनं श्रीकृष्णाच्या नशिबी अशा प्रकारे इहलोकवास-समाप्ती आधीच लिहून ठेवली होती. श्रीकृष्ण द्रष्टा होता. म्हणून तर त्यानं 'दैवं चैवात्र पंचमम्', असं आधीच सांगून ठेवलं असेल. पांडव सज्जन होते, ते माणसांनी ठरविलेल्या सद्‌गुणांच्या निकषांच्या आधारे. ईश्वरानं किंवा नियतीनं प्रत्येकाच्या ललाटी ज्याचं-त्याचं नशीब आधीच लिहून ठेवलेलं असतं. दुर्योधन हलकट, बदमाष, गुंड वगैरे होता; ते मानवनिर्मित आचारसंहितेस अनुसरून. नियतीला हे असलं-बिसलं काही माहीत नसतं. या मानवी पुरुषाचं नाव दुर्योधन आहे, हेही नियतीला माहीत नसतं. नियतीनं त्याच्या कपाळी राजवैभव लिहून ठेवलं होतं. पांडव आणि द्रौपदी यांची नावंही नियतीला माहीत नव्हती. नियतीला एवढंच माहीत होतं की, या सहा प्राण्यांना एकूण तेरा वर्षं वनवासात पाठवायचं; त्याप्रमाणे नियतीनं केलं. पांडवांच्या नशिबी होतं तेच झालं.

रस्त्यावर बेवारशी मुलं असतात. अशीच एक अजाण पोर रस्त्यात पडली होती. तिला दिल्लीला आणलं गेलं. वयात आल्यावर चक्क जहांगीर बादशहाची पट्टराणी झाली. तिचं नाव नूरजहान. याला नशीब म्हणायचं नाही, तर काय

म्हणायचं? गुराख्याची पोरं गुरं हाकण्याचं काम करीत असतात. शिक्षण शून्य. घरात गरिबी. हे दृश्य सगळीकडे दिसतं. परंतु, नशीब नावाच्या ईश्वरी इच्छेने अशाच एका गुराख्याच्या अशिक्षित पोराच्या नशिबी चक्क राजयोग लिहून ठेवला होता. नेमका हाच गुराख्याचा पोर काही विवक्षित मंडळींना दिसला. त्यांनी त्या पोराला सरळ बडोद्याला नेलं. त्याला शिक्षण दिलं. योग्य वेळी राज्यभिषेक केला गेला. तो पोरगा बडोदा संस्थानाचा राजा झाला. त्या राजाचं नाव सयाजीराव आणि नवीन लाभलेलं आडनाव गायकवाड. प्रजाहितदक्ष, आधुनिक दृष्टीचा, न्यायी, शिक्षणप्रेमी, कलाप्रेमी वगैरे वगैरे ते होते. सयाजीराव महाराज जाऊन साठ वर्ष होऊन गेली, तरीही त्यांचं नाव दुमदुमतं. प्रयत्न जरूर करावेत. कारण 'केल्याने होत आहे रे' असं समर्थांनीच सांगून ठेवलं आहे; पण नशिबालाही लक्षात ठेवा.

■ ■ ■

पंधरा

प्रिय मूर्खांनो...

प्रिय मित्रांनो, असं म्हटलं तर बरं वाटतं. प्रिय बंधू- भगिनींनों, म्हटलं तर बरं वाटतं. प्रिय (डिअर) सोनाली, प्रिय मोनिका (क्लिंटनवाली नव्हे— आपली लोकल), प्रिय माधुरी (दीक्षितांची नव्हे—शेजारची कुलकर्ण्यांची) असं म्हटलं, तर मनाला गुदगुदल्या होण्याइतकं बरंचसं बरं वाटतं. याच्या उलटही प्रिय सुहास, प्रिय सुरेश, प्रिय हेमंत असं म्हटलं; तर त्या-त्या संबंधित मुलांनाही बरं वाटतं. प्रिय कुणाला (कुणाला) म्हणावं, याचे काही संकेत ठरलेले आहेत. त्यांना उद्देशून 'प्रिय' असं म्हटलं, तर शोभून दिसतं. प्रत्येक विशेषण जिथल्या तिथंच शोभून दिसतं. माननीय अध्यक्ष, माननीय प्रमुख पाहुणे, माननीय कुलगुरू, माननीय प्राचार्य हे सगळं कसं शोभून दिसतं. पण माननीय प्यून म्हटलं, तर बरं दिसत नाही. प्यूनसुद्धा तसा सन्मानास योग्य असतो. पण त्याला माननीय म्हणण्याची पद्धत मात्र नाही. प्रत्येक विशेषणाचं स्थान ठरलेलं असतं.

म्हणूनच, प्रिय मूर्खांनो— असे संबोधलं की, कानांत खाजल्यासारखं वाटतं. परंतु बरं न वाटो किंवा कानांत खाजल्यासारखं वाटो; प्रिय मूर्खांनो, हे संबोधन मनातल्या मनात उच्चारून अनेक शहाणे लोक या प्रिय मूर्खांना शतश: धन्यवाद देत असतात. हे प्रिय मूर्खजन असतात ना, तेच समाजातील हजारोंचे पोशिंदे असतात. अनेक चतुर, बेरकी, धूर्त मंडळींना तर मूर्ख म्हणजे देवासारखे वाटत असतात. राजकारणी लोक, ट्रेड युनियनवाले लोक, बिल्डर्स, क्लासेसवाले, सेलवाले, स्कीम्स सादर करणारे... कोण-कोण म्हणून सांगावेत? यातला प्रत्येक जण म्हणत असतो, "मूर्ख आहेत म्हणून आम्ही आहोत. तेच आमचे अन्नदाते आहेत. तस्मात मूर्खाय नमो नम:", असं ते भक्तिभावानं म्हणत असतात. त्यांच्याच तोंडून मूर्खप्रशंसा ऐकू या.

'२५ टक्के व्याज! वाटेल तेवढे पैसे गुंतवा.' ही जाहिरात प्रसिद्ध झाल्यावर

अनेक लोक नोटांची बंडलं घेऊन त्या चिट फंडाच्या ऑफीससमोर रांगेत उभे राहिले. आपला नंबर यायच्या आत स्कीम बंद होऊ नये, म्हणून मनात देवाची प्रार्थना करत उभे होते. त्यांना पाहून स्कीमचा निर्माता स्वगत म्हणाला,

प्रिय मुर्खांनो,

या! प्रिय मूर्खांनो, या. तुमचं आदरपूर्वक स्वागत आहे. मला नक्की खात्री होती की, तुम्ही मोठ्या संख्येनं येणार. माझा अंदाज खरा ठरला. मला आणखी खात्री आहे की, तुमच्यापैकी प्रत्येकानं किमान दहा-दहा हजार रुपये तरी आणले असतील. काहींनी दागिने विकून पैसे आणले असतील. ही स्कीम फक्त आठ दिवसच सुरू राहणार आहे. या कालमर्यादेमुळे तर तुम्ही मंडळी पहाटेपासून नंबर लावून उभे राहणार आहात. या आठ दिवसांत तुम्हा मंडळींकडून मला किमान पंचवीस लाख रुपये तरी सहज मिळतील. आठ दिवसांनी स्कीम बंद झाल्यावर स्कीमचं दुसरं आकर्षण सुरू होईल. पहिलं वर्ष पूर्ण व्हायच्या आतच तुमच्या संपूर्ण रकमेवरचं २५% दरानं व्याज लगेच नवव्या दिवसांपासून द्यायला सुरुवात होणार आहे. प्रत्येक वर्षी याच पद्धतीनं वर्षाच्या प्रारंभीच्या वर्षाचं व्याज रोख दिलं जाईल!

प्रिय मूर्खांनो, नवव्या दिवसांपासून २५% व्याज दिल्यावर तुमच्या मनात दृढ विश्वास निर्माण होईल, चार-सहा दिवसांत व्याज देऊन होईल. मग प्रत्येकाला आभाराचं पत्र मी पाठवीन. आणि प्रिय मित्रांनो, तुम्हा सर्वांना विरह सहन करून करायला लावून एका सुरम्य रात्री गुप्त होईन. कुणाच्या पिताश्रीलाही सापडणार नाही. तुमच्याच पैशातले २५ टक्के मी तुम्हाला दिले आणि तुम्ही मूर्ख असल्यामुळे मला ७५ टक्के दिलेत. प्रिय मूर्खांनो, धन्यवाद!

आता दुसरा नमुना बघू.

''आज फक्त एक लाख रुपये भरा; दिवाळीत तुमच्या मालकीच्या 'टू रूम किचन' फ्लॅटमध्ये राहायला जा. त्यानंतर तुम्ही आम्हाला एक पैसाही द्यायचा नाही आणि आम्ही घ्यायचा नाही. हां! तरी पण आम्ही दिवाळीत वहिनींनी केलेले फराळाचे पदार्थ खायला येणार—भाऊबीजेला! आणि वहिनींना ओवाळणी म्हणून पंचवीस ग्रॅमची सोन्याची साखळी देणार!''

सगळे जोशी, कुलकर्णी, देशमुख, कदम, प्रधान, नाडकर्णी, टेकाडे, देशपांडे, किडमिडे, देवकाते, काळे, आपटे, जाधव, राजवाडे वगैरे मध्यमवर्गीय मंडळींची झुंबड उडाली. 'माझं घर गृह संकुल'मध्ये एकंदर पंचवीस इमारती. प्रत्येकी ग्राऊंड प्लस चार मजले. प्रत्येक बिल्डिंगमध्ये वीस फ्लॅट्स वगैरे वगैरे. टोटल एरिया ६०० चौरस फूट, दोन बाल्कनी निराळ्या. पुन्हा वगैरे वगैरे.

मध्यमवर्गीय माणसं (सुशिक्षित असल्यामुळे) भावी घराची रम्य सुखस्वप्नंही रंगवत बसली. तेव्हा तो बिल्डर त्यांना उद्देशून मनात म्हणाला—

प्रिय मूर्खांनो,

या! देवानं तुम्हाला मुद्दाम आमच्यासाठीच घडवलं आहे. फक्त एक लाख रुपयांत ६०० चौरस फुटांचा प्लॅट; तोही मुंबईत आणि मुंबईच्या परिसरात मिळणं शक्य तरी आहे काय? पण प्रिय मूर्खांनो; तुम्हाला ते खरं वाटलं. कुणाला जाणत्याला विचारायचं तरी! परंतु तुम्ही एवढा शहाणपणा करणार नाही याची मला खात्री होती. प्रिय मूर्खांनो, तुमच्या घराण्यात शहाणपणानं नांदायची चाल नाही. मी तुमच्यापैकी प्रत्येकाला खास माझ्या कारमधून साईटवर नेत होतो. तिथं कोणा तरी रहेजा, मित्तल यांचं कुणाचं तरी मोठ्या कॉम्प्लेक्सचं काम सुरू होतं. मी तोच आपला कॉम्प्लेक्स आहे, असं सांगितल्यावर तुम्हाला खरं वाटायचं. मी एक मोठा प्लॅन कागदावर तयार करून ठेवला आहे. त्यावर कुठही बोट ठेवून तुम्हाला आणि तुमच्या पत्नीला विचारते असे, "हा पूर्वेकडचा फ्लॅट तुमच्यासाठी मस्त आहे. तुम्ही झोपून उठायच्या आत सूर्याची सोनेरी किरणं तुम्हाला साखरझोपेतून जागं करतील. तुम्ही हाच प्लॅट घ्या. वहिनी, तुम्हाला आवडलेला दिसतोय? तुमचा प्रसन्न चेहराच सांगतो. वास्तुशांती दिवशी मी जेवायला येणार बरं का! आधीच निमंत्रण लावून ठेवतो." तुम्ही मग बायकोला म्हणालात, "काय गं सुप्रिया, तुला आवडला का?" तेव्हा त्या म्हणाल्या, "हाच प्लॅट आपण घ्यायचा!" कागदावरच्या प्लॅनमधल्या रेषांच्या चौकटी बघूनच तुम्ही हुरळून गेलात. अशाच मालुताई, नलुताई, पुष्पाताई, प्रमिलाताई, निर्मलाताई फटाफट खूष झाल्या. प्रिय मूर्खांनो, तुमच्या या सामुदायिक मूर्खपणातून मला सुमारे पावणेदोन कोटींहून जास्त पैसे मिळाले आहेत. मी आता अप्रतिम श्रीमंत झालो आहे. प्रिय मूर्खांनो, ही सारी तुमची कृपा!

हा झाला दुसरा नमुना. आता आणखी एक अस्सल मूर्ख बनविण्याचा नमुना बघू. यात मात्र सर्व जनताजनार्दन म्हणजे झाडून सगळी सर्वसामान्य माणसं दर पाच वर्षांनी मूर्ख बनत असतात. प्रत्येक वेळी मागे मूर्ख झालेले विसरून पुन:पुन्हा पुन:पुन्हा आयुष्यभर मूर्ख बनत राहतात.

"आमचा पक्ष सत्तेवर आल्यावर ताबडतोब यंव करणार आहे आणि पाठोपाठ त्यंवही करणार आहे. हे यंव आणि त्यंव यापूर्वी कोणत्याही राजकीय पक्षानं केलं नव्हत. त्यानंतरचा मेगाधडक कार्यक्रम म्हणजे, महागाई मुळासकट उखडून ती नष्ट करणार आहोत. यापुढे महागाई हा शब्द तुम्हाला शब्दकोशातच महसूल, महाकाल,

महाकाली, महाकाव्य या शब्दांनंतर वर्णानुक्रमानं पाहायला मिळेल. प्रत्यक्षात महागाई कुठंच दिसणार नाही. आमचा पक्ष महागाईचा महाराक्षस गाडून टाकणार आहे. हे शिवधनुष्य पेलणं आधीच्या कोणत्याही पक्षाच्या सरकारला जमलं नव्हतं.

आमचं सरकार सत्तेवर आल्यावर पुढील प्रकल्प लगेच हाती घेतले जातील. १) के.जी.टु.पी.जी. (पोस्ट ग्रॅज्युएशन) संपूर्ण शिक्षण सरसकट सर्वांना मोफत, २) कोणत्याही बेकाराला— मग तो सुशिक्षित पदवीधर असो नाही तर निरक्षर असो— त्याला दरमहा एक हजार रुपये बेकार भत्ता मिळेल. ३) 'सर्वांसाठी घरे या योजनेचा शुभारंभ मंत्रिपदाची शपथ घेतल्यावर ताबडतोब करण्यात येईल. ४) सर्व जीवनावश्यक वस्तूंचे भाव सध्याच्या भावांच्या एक-दशांश रुपये असे केले जातील. साखरसुद्धा सोळा रुपये किलो आहे. पण आमच्या पक्षाचं सरकार आलं की, प्रत्येक दुकानावर 'साखर- १ रुपया ६० पैसे किलो' असे फलक लावले जातील. ५) कुणीही, कुठंही आणि कशानेही मेला, तर आमचं सरकार दर माणशी एक लाख रुपये मृताच्या नातेवाइकाला देईल. त्या घरातील एका व्यक्तीला सरकारी नोकरीत घेण्यात येईल. त्या घरातल्या मुलीच्या लग्नाला, प्रत्येक मुलीमागे ५० हजार रुपये कर्ज मिळेल. तीन वर्षांनंतर तुंबलेलं सर्व व्याज माफ करण्यात येईल आणि पुढील वर्षी लगेच प्रत्यक्ष कर्जच माफ करण्यात येईल. ६) शेतकऱ्यांना वीज, पंप, इलेक्ट्रिक मोटर, खत, बियाणे, फवारण्याची औषधं, ट्रॅक्टर आणि पिकाच्या विम्याची हप्ते या सर्व गोष्टींची पूर्तता करण्याची जबाबदारी आमच्या सरकारची राहील. वगैरे वगैरे. आणखी भरमसाट!''

प्रिय मूर्खांनो धन्यवाद! आमच्या पक्षाचंच सरकार स्थापन झालं आहे. कारण आमच्या पक्षानं जाहीरनाम्यात सर्वांत जास्त आणि भरमसाट आश्वासनं दिली होती. मागच्या खेपेला आम्ही कमी पडलो होतो, म्हणून दुसऱ्या पक्षाचं सरकार आलं होतं. त्याचा जाहीरनामा त्या वेळी सुपर्ब ठरला. या खेपेला आमचा जाहीरनामा सवाई सुपर्ब ठरला. प्रिय मूर्खांनो, तुम्ही आमच्या जाहीरनाम्याला भाळून आम्हालाच भरभरून मत देणार याची आम्हाला खात्री होती. झालंही तसंच. आता पाच वर्षं काळजी नाही. आम्ही, फेव्हिकॉल आणि आमच्या खुर्च्या असा त्रिवेणी संगम तुम्हाला सतत पाच वर्षं बघायला मिळेल.

■ ■ ■

सोळा

॥ मी सहस्रनाम ॥

निरनिराळ्या देवतांची सहस्रनामं असणाऱ्या छोट्या पोथ्या मिळतात. विष्णुसहस्रनाम, शिवसहस्रनाम, गणेश सहस्रनाम वगैरे. त्यामध्ये विष्णुसहस्रनाम तोंडपाठ असे. विष्णूचं वर्णन विविध विशेषणं, कर्तृत्व आदींच्याद्वारा केलं आहे. विष्णू सहस्रगुणांनी युक्त आहे, हे विष्णुसहस्रनामातून कळतं. उदाहरणार्थ,

विश्वस्मै नमः - जो विश्व झाला आहे— त्याला नमस्कार.

भूतभव्यभवत्प्रभवे नमः - जो भूत, भविष्य आणि वर्तमान आहे, अशा त्याला नमस्कार.

भूतात्मने नमः - सर्व प्राणिमात्रांच्या ठायी आत्मा रूपानं आहे, त्याला नमस्कार असो.

परमात्मने नमः - जो सर्वश्रेष्ठ आत्मा आहे, त्याला नमस्कार.

अक्षराय नमः - जो अविनाशी आहे, त्याला नमस्कार.

श्रीनिवासाय नमः - ज्याच्या ठायी लक्ष्मी सदैव राहते, अशा त्याला नमस्कार.

अशा प्रकारे एक सहस्र विशेषणांनी, गुणांनी विष्णूचं वर्णन केलेलं आहे.

आता सध्याच्या परिस्थितीकडे येऊ. सध्याच्या काळात प्रत्येक 'मी' निरनिराळ्या अनेक प्रकारांनी सर्वत्र वावरत असतो. या ठिकाणचा मी निराळा असतो, तर त्या ठिकाणचा मी निराळा असतो. प्रत्येक ठिकाणी 'मी'ला एकेक नाव (नाम) मिळत असतं. असं करत-करतच 'मी सहस्रनाम' तयार होत असतं. हे मी सहस्रनाम कसं असतं याची थोडी झलक इथं दाखवणार आहे. आयुष्यभर 'मी'ला कितीतरी नावं चिकटतात. प्रत्येक ठिकाणचा मी तेवढ्यापुरता निराळा असतो. तथापि सगळे निरनिराळे मी, मूळ 'मी'ची विविध रूपं असतात. पूर्वीचं जीवन मर्यादित स्वरूपाचं होतं. पण हल्लीचं जीवन फारच व्यापक झालं आहे. त्यामुळेच तर 'मी'ला पुष्कळ

प्रकारे प्रकटावं लागतं. त्यातूनच 'मी सहस्रनाम' तयार झालं आहे.

||अथ मी सहस्रनाम||

(टीप : संस्कृत भाषा कामचलाऊ वापरली आहे. सर्वांना कळावं म्हणून. असो.)

मी स्वत:य नम: - मला स्वत:ला नमस्कार. सर्वांत प्रथम मी मला स्वत:ला नमस्कार केला पाहिजे. कारण मी म्हणजे स्वत: आहे. स्वत:पासून सर्व काही सुरू होतं, म्हणून स्वत:य नम: असं म्हटलं आहे.

मी-पुत्राय नम: - मी माझ्या जन्मदात्याच्या पोटी जन्माला आलो, म्हणून मी त्यांचा पुत्र झालो. वडिलांच्या संदर्भात बोलताना किंवा आईच्या संदर्भात बोलताना मी त्या दोघांचा पुत्र असतो. इथं मला 'पुत्र' हे नाम प्राप्त झालं आहे. म्हणून मी पुत्राय नम:!

मी-पतये नम: - पुढं 'मी'चं यथाकाल लग्न झाल्यावर मी एका स्त्रीचा नवरा होतो. मी नवरा झालो की माझ्या नावात पती किंवा नवरा याची भर पडते. लग्न झाल्यावर, मी पती होतो, म्हणून पतिरूप 'मी'ला नमस्कार.

मी-मेहुणाय नम: - 'मी'च्या बायकोला धाकटी बहीण असली की 'मी' मेहुणा होतो. धाकटी बहीण मेहुणी होते. 'मी'ला मेहुणा हे नाम प्राप्त होतं. म्हणून 'मेहुणाय नम:'; मेहुण्याला नमस्कार.

यापुढं प्रत्येक वेळी 'मी' हा शब्द लिहीत नाही. 'मी'चं एकेक रूप लिहून त्याला नमस्कार करतो.

बापाय नम: - 'मी'ला मुलगा किंवा मुलगी झाली की बाप हे रूप धारण करतो. 'मी'चं हे आणखी एक नाव. म्हणून बापाय नम:; बापाला नमस्कार.

आजोबाय नम: - यथाकाल 'मी'च्या मुलाला किंवा मुलीला अपत्य प्राप्ती झाल्यावर मी आजोबा होतो. आजोबाला नमस्कार.

काकाय नम: - भावाला मुलगा किंवा मुलगी झाली की, मी काका होतो. काकाला नमस्कार.

मामाय नम: - बहिणीला मूल झालं की, मी मामा होतो. म्हणून मामाला नमस्कार.

भाच्याय नम: - मी माझ्या मामाचा भाचा असतो. अत: भाच्याला नमस्कार.

पुतण्याय नम: - मी काकाचा पुतण्या असतो. याकरिता पुतण्याला नमस्कार.

दिराय नम: - मी माझ्या भावजयीचा दीर असतो. यास्तव दिराला नमस्कार.

चुलतभावाय नम: - काकाच्या मुलाचा मी चुलत भाऊ म्हणून चुलतभावाला

नमस्कार.

मामेभावाय नमः - मी मामाच्या मुलाचा मामेभाऊ म्हणून मामेभावाला नमस्कार.

आतेभावाय नमः - मी आत्याच्या मुलाचा भाऊ, म्हणून आतेभावाला नमस्कार.

सासऱ्याय नमः - मुलीचा पिता या नात्यानं मी तिच्या नवऱ्याचा सासरा होतो, म्हणून सासऱ्याला नमस्कार.

जावयाय नमः - मी माझ्या सासऱ्याचा जावई आहे, म्हणून जावयाला नमस्कार.

नातवे नमः - 'मी'ला नातू झाल्यावर नातवाला नमस्कार.

मित्राय नमः - 'मी'ला मित्रही असतो. म्हणून मीही मित्राचा मित्र असतो. यासाठी मित्राला नमस्कार.

शत्रवे नमः - 'मी'ला शत्रू ही निर्सगदत्त आपत्ती असते. तस्मात शत्रूला नमस्कार. त्यामुळे 'मी'लाही शत्रू व्हावं लागतं.

शेजाऱ्याय नमः - प्रत्येक 'मी'ला शेजारी हा जन्मभर पुरून उरणारा प्राणी आहे. स्वतः 'मी'सुद्धा 'मी'च्या शेजाऱ्याचा शेजारी आहे. म्हणून शेजाऱ्याला नमस्कार.

कारकुनाय नमः - नोकरीनिमित्त 'मी' कारकून (वगैरे) असतो. त्यासाठी कारकुनाला नमस्कार.

रुग्णाय नमः - आजारी पडल्यावर औषधोपचार करावे लागतात. त्या वेळी 'मी' रुग्ण असतो. रुग्लाला नमस्कार.

अशिलाय नमः - 'मी'ला आयुष्यात कधी कधी कोर्टबाजी करावी लागते. तेव्हा मी अशील असतो. अशिलाला नमस्कार.

मालकाय नमः - स्वतःचं घर, दुकान वगैरे असेल तर 'मी' मालक असतो. अतएव मालकाला नमस्कार.

भाडेकरवे नमः - स्वतःचं घर नसेल तर 'मी' भाड्याच्या घरात भाडेकरू म्हणून राहतो. त्या भाडेकरूला नमस्कार.

प्रेक्षकाय नमः - 'मी' नाटक-सिनेमा बघताना प्रेक्षक असतो. म्हणून प्रेक्षकाला नमस्कार.

श्रोत्याय नमः - 'मी' रसाळ आणि रटाळ सर्व प्रकारची भाषणं ऐकतो. म्हणून श्रोत्याला नमस्कार.

याचकाय नमः - 'मी'ला जीवनात अनेकदा याचना करावी लागते.

यासाठी याचकाला नमस्कार.

दाताय नमः - 'मी' कधी कधी दाता असतो. अशा वेळी दात्याला नमस्कार.

मतदाराय नमः - नंतर धुमाकूळ घालण्यासाठी 'मी' उमेदवारांना मत देऊन निवडून देतो. म्हणून मतदाराला नमस्कार.

पालकाय नमः - 'मी'ची मुलं शाळेत शिकत असतात तेव्हा 'मी' पालक असतो, म्हणून पालकाला नमस्कार.

गुरवे नमः - 'मी' गुरूही असतो. गुरूला नमस्कार.

शिष्याय नमः - 'मी' शिष्यही असतो. म्हणून शिष्याला नमस्कार.

अशा प्रकारे वाढवत-वाढवत नेलं, तर 'मी'ला आयुष्यभरात एक सहस्र नामं प्राप्त होऊ शकतात. तूर्त आता दिलेल्या नामांची शास्त्रशुद्ध संहिता खाली देत आहे.

ओम् मी स्वतःय नमः, ओम् पुत्राय नमः, ओम् पतये नमः, ओम् मेहुणाय नमः, ओम् बापाय नमः, ओम् आजोबाय नमः, ओम् काकाय नमः, ओम् मामाय नमः, ओम् भाच्याय नमः, ओम् पुतण्याय नमः, ओम् मावसभावाय नमः, ओम् मामेभावाय नमः, ओम् आतेभावाय नमः, ओम् सासऱ्याय नमः, ओम जावयाय नमः, ओम् नातवे नमः, ओम् मित्राय नमः, ओम् शत्रवे नमः, ओम् शेजाऱ्याय नमः, ओम् कारकुनाय नमः, ओम् रुग्णाय नमः, ओम् अशिलाय नमः, ओम् मालकाय नमः, ओम् भाडेकरूवे नमः, ओम् प्रेक्षकाय नमः, ओम् श्रोताय नमः, ओम् याचकाय नमः, ओम् दाताय नमः, ओम् मतदाराय नमः, ओम् पालकाय नमः, ओम् शिष्याय नमः, ओम् गुरवे नमः॥ आयुष्यात 'मी'ला अशा सहस्र भूमिका वठवाव्या लागतात.

■■■

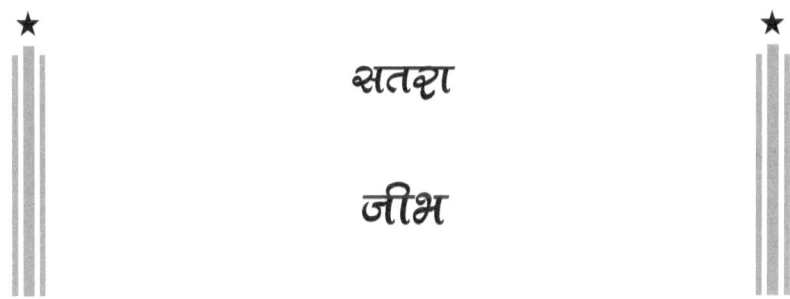

सतरा

जीभ

जीभ आणि दात हे शरीराचे दोन भाग अत्यंत महत्त्वाचे आहेत. तसं पाहिलं, तर सगळेच भाग महत्त्वाचे असतात. जीभ हा स्थायूंनी बनलेला अवयव आहे. जिभेचा मुख्य भाग तोंडाच्या पोकळीत असून उर्वरित भाग घशात असतो. गिळणं, चर्वण करणं, रुची जाणणं आणि बोलणं— इतकी कामं जिभेला नेमून देण्यात आली आहेत. जिभेला जीभ, रसना, जुबान, टंग ही नावं आहेत. जीभ काय प्रत्येक प्राण्याला असते. प्रत्येक म्हणजे काय, ज्या प्राण्यांची जीभ आपण पाहू शकतो, त्यांना. डास, माशा, चिलटं, मुंग्या ह्यांना जीभ आहे की नाही, हे आपल्याला माहीत नाही. त्यांचं संपूर्ण शरीरच इतकं लहान असतं की, त्यांना त्या हिशेबानं किती सूक्ष्म आकाराची जीभ लागेल याचा विचार करा. टोकदार पेन्सिलीनं काढलेल्या टिंबापेक्षाही लहान असेल. चिलटं तर स्वत:च जेमतेम पूर्णविरामाएवढी असतात. त्यांची जीभ तर किती सूक्ष्म असेल याचा विचार करा.

जीभ जरी पुष्कळ प्राण्यांना असली, तरी मनुष्यप्राण्याची जीभ अनेक कारणांनी आगळी वेगळी आहे. सर्व दृश्यमान जिभांच्या बाबतीत एक साम्य मात्र आहे. जीभ ही तोंडाच्या पोकळीत, दातांच्या तटबंदीत आणि नरड्याच्या अरुंद मार्गात विखुरलेली असते. जिभेची शरीरातील जागा कमालीच्या बाहेर अडचणीत सापडलेली असते. एवढी मोठी महत्त्वाची जीभ; पण परमेश्वरानं इतक्या अडचणीच्या जागी का ठेवली, कळत नाही. जिभेपासून एक गुण मात्र शिकण्यासारखा आहे. तो म्हणजे, कितीही अडचणीत, बंधनात असलं तरी, त्यावर मात करून सतत कार्यरत असणं. मोठमोठ्या चळवळी करणारी माणसं तुरुंगाच्या बंधनात असली की चुपचाप बसतात. काय चळवळी करायच्या त्या तुरुंगात जाण्यापूर्वी आणि तुरुंगातून सुटून बाहेर आल्यावर. जीभ मात्र आजन्म-आमरण तोंडाच्या तुरुंगातच असते. दातांची तटबंदी तिच्याभोवती असते. दातांची भिंत असते. काही दात जादा उंच

असतात. तरीही जीभ धीरोदात्तपणे म्हणते, ''वाढू दे कारागृहाच्या भिंतीची उंची किती, मन्मना नाही क्षिती.''

जीभ आहे म्हणून जीवनात चैतन्य आहे. असं असूनही जीभ त्याचं श्रेय आत्मा, हृदय, मेंदू यांना देते. परमेश्वरानं निरनिराळ्या अवयवांना कामं वाटून दिली, तेव्हा जिभेवर अन्याय केला आहे. पठारी प्रदेशाप्रमाणे अस्ताव्यस्त पसरलेली पाठ घ्या— कसलं डोंबलाचं काम करते? हातापायांनी राब-राब राबायचं आणि विश्रांतीसाठी मात्र पाठ जमिनीवर आडवी होणार आणि आपणच दमले आहे, अशा थाटात हुश्श करते. चवीनं खाणं, हे दातांच्या सहकार्यानं होणारं काम. दात तसे बिनडोक असतात. 'टेस्टलेस, ओडरलेस, कलरलेस' म्हणता येत नाही. कारण त्यांचा मूळचा पांढरा आणि पुढं-पुढं पानतंबाखू खाल्ल्यावर वाटेल तो रंग असतो. पदार्थ मऊ असेल; पेय असेल, चोष्य (चोखण्याचा) असेल, लेह्य (चाटण्याचा) असेल; तर दातांचीही गरज पडत नाही. जीभ तो पदार्थ पोटात ढकलू शकते. खाद्य-पेय पदार्थ जिभेनं योग्य ती प्रक्रिया केल्यावरच पोटामध्ये जातात. तसल्या अडचणीच्या जागी परमेश्वरानं जिभेला ठेवलं आहे, तरीही त्यानं जिभेवर एक महत्त्वाची कामगिरी सोपवली आहे. सर्व उदरगम्य पदार्थांची चव तपासून पाहणं, हे जिभेलाच करावं लागतं. त्या दृष्टीने दात हे बत्तीसच्या बत्तीस ठोकळे असतात. मिरची तिखट लागते, हे जिभेला कळतं; पण दातांना मुळीच कळत नाही. साखर गोड आहे, मीठ खारट आहे, ताक आंबट आहे, आवळा तुरट आहे याचं ज्ञान जिभेला आहे. दातांना मात्र आंबट, तिखट काही कळत नाही. दात म्हणजे तोंडात ठेवलेला नैसर्गिक पाटा, वरवंटा किंवा खलबत्ता. पाटा-वरवंट्याला रुचिज्ञान असतं का? मुळीच नाही. दातांचं तसंच आहे.

अन्न चावायला मदत करणारे दात स्वत:च्या बाबतीत निष्काळजी असतात. त्यामुळे यथाकाल एकेक दात पडू लागतो. हिरड्यांचा भक्कम पाया असूनही दात स्थानभ्रष्ट होतात. जिभेला मात्र पाटा, टेकायला आधार वगैरे काहीही नसून ती अखेरपर्यंत लोंबकळत्या अवस्थेत राहून नेमून दिलेलं काम करत असते. सेवाभावी वृत्ती म्हणतात, ती हीच. कित्येक वेळा जीभ दातांना मदत करते. फटींमध्ये कधी भाजीचा छोटा देठ अडकलेला असतो, कधी फोडणीचे दाणे अडकलेले असतात. अशा वेळी जीभ आपलं टोक त्या फटीशी टेकून, घासून आतला पदार्थ बाहेर काढते आणि नंतर स्वत:च्या टोकावर तो ठेवून फटक् करून तोंडाबाहेर फेकते. असा परोपकार करूनही कित्येक वेळा वरच्या मजल्यावरचे दात आणि खालच्या मजल्यावरचे दात आपसात संगनमत करून जिभेला चावतात. कधी कधी रक्तसुद्धा येतं. अशा वेळी 'आपलेच दात' अशी भावना मनात बाळगून जीभ स्वस्थ बसते.

जिभेला रुचिज्ञान आहे म्हणून बरं. त्यामुळे आपण आम्रखंड, बासुंदी, मसाल्याचं दूध, खमंग भजी, मसाले भात, थंडगार पेय, चिवडा, अननस, फणस असे विविध रुचीचे पदार्थ खाऊ-पिऊ शकतो. जिभेला रुचिज्ञान नसतं, तर श्रीखंड खाल्लं काय आणि 'टिंब टिंब फ्रेश' शेण खाल्लं काय; सारखंच. थम्सअप प्यायलं काय आणि टिंबटिंबोष्ण गोमूत्र प्यायलं काय; सारखंच. 'कवज भक्ष्य कवण अभक्ष्य जाणिते रसवंती.' जिभेला रुचिज्ञान आहे म्हणून बरं आहे. नाही तर कॅटबरी, चॉकलेटची वडी आणि त्याच आकाराची त्याच रंगाची मातीची वडी सारखीच लागली असती. जिभेला आवडलेल्या रुचीचा पदार्थ असला की, भरपूर खावं वाटतं. माणसाला चवीनं खाण्याचं ज्ञान जीभ देते. जिभेला रुचिज्ञान आहे म्हणून मिठाईची दुकानं, हॉटेलं वगैरे आहेत.

जिभेकडे आणखी एक महत्त्वाचं कार्य सोपविण्यात आलं आहे. ते म्हणजे, बोलण्याचं. हा नस्ता उद्योग फक्त माणसाच्या जिभेच्याच नशिबी आला आहे. बाकीच्या प्राण्यांच्या जिभा या बाबतीत खरोखरच सुखी आहेत. काव-काव असा आवाज काढला की, कावळ्याची संपूर्ण डिक्शनरी झाली. चिव-चिव असा आवाज केला की, झाली चिमणीची भाषा. याच पद्धतीनं म्याँव, भूःभूः, हंबा, बेंऽ अशा एकेका आवाजात मांजर, कुत्रा, गाय, शेळी यांच्या भाषा आल्या. माणसाच्या जिभेला मात्र परमेश्वरानं सुमारे पन्नास ध्वनी जिभेद्वारे काढण्याची शक्ती दिली आहे. तिथून वैताग सुरू झाला. जिभेनं 'क' असा ध्वनी केला की, त्यासाठी क या नावाचा वर्ण, माणसानं ठरवून टाकला. 'ढ' या ध्वनीसाठी ढ या वर्णाचं लेखन. मग बाराखड्या आल्या. पाठोपाठ अक्षरं, शब्द, वाक्यं, परिच्छेद, कथा, काव्य, कादंबरी, नाटक आणि हजारो प्रकार! सर्वांच्या मुळाशी असलेल्या जिभेमुळे हे सगळं घडलं. मानवी जीभसुद्धा नुसतं काव-काव, चिव-चिव, डराव-डराव असाच एखादा ट्याव-ट्याव किंवा प्यांव-प्यांव एवढाच आवाज काढू शकली असती, तर समस्त मानवजात सुखी झाली असती.

माणसाच्या जिभेला वाटेल तेवढं बोलता येऊ लागलं, ही महाभयंकर गोष्ट होय. त्यातूनच पुढचे अनेक प्रकार निर्माण झाले. तोंडातूनच निघणाऱ्या, म्हणजेच जिभेनं उच्चारलेल्या प्रत्येक ध्वनीला एकेक चिन्ह माणसानं तयार केलं. त्यातूनच वर्णमाला सुरू झाली. माणसाचं शेकडो भाषांतलं बोलणं आणि असंख्य पुस्तकांतलं लिहिणं या सर्वांच्या मुळाशी बोलता येणारी आपली मानवी जीभ आहे. जिभेनं उच्चारलेल्या मूलभूत पन्नास ध्वनींमध्ये संपूर्ण जगाची उलथापालथ करण्याचं सामर्थ्य आहे. जिभेचं सामर्थ्य साध्या चाकू, सुरी यापासूनच ॲटम बॉंब, हायड्रोजन बॉंब यांच्यापेक्षाही प्रचंड आहे. जीभ होती म्हणून वेद-उपनिषदं निर्माण झाली. रामायण-

महाभारत निर्माण झालं. जीभ होती म्हणून कृष्णानं अर्जुनाला गीता सांगितली आणि जीभ होती म्हणून अर्जुन कृष्णाला म्हणाला, 'करिष्ये वचनं तव.' जीभ होती म्हणून प्रचंड संतसाहित्य निर्माण झालं. जीभ आहे म्हणून पुढारी लोक मैदानी सभा गाजवतात. जीभ आहे म्हणून प्रगत भाषेत लाखो शब्द निर्माण झाले. जीभ आहे म्हणून प्रेम करता येतं. जीभ आहे म्हणून कचाकचा भांडता येतं. जीभ आहे म्हणून मारामारीला अहिंसक पर्याय म्हणून वाटेल तेवढी बाचाबाची करता येते. जीभ आहे म्हणून अप्रतिम, हृदयभेदक शिव्या देता येतात. जीभ आहे म्हणून भीक मागता येते. जीभ आहे म्हणून खंडणीही मागता येते. जीभ आहे म्हणून टिंबटिंबमध्ये शेपटी घालून माफी मागता येते. जीभ आहे म्हणून आई म्हणता येतं, आईसाहेब म्हणता येतं. आणि जीभ आहे म्हणून आयला, च्यायला, ए तुझ्यायला, असंसुद्धा म्हणता येतं. जिभेचं शब्दसामर्थ्य ब्रह्मांड भेदून जाणारं आहे. तोंडात, दातांच्या कडेकोट बंदोबस्तात असलेली ही जीभच 'मा निषाद-' असं म्हणाली आणि रामायणाच्या जन्म झाला. सर्वशक्तीमती जिभेला नमस्कार!

■ ■ ■

अठरा

असेही बाजार

बाजार हा शब्द तसा ऐसपैस आहे. त्याचा व्याप फार मोठा आहे. आठवड्याचा बाजार हा प्रकार अजूनही सर्वत्र रूढ आहे. एक बऱ्यापैकी लोकसंख्या असलेलं गाव— साधारणपणे तालुक्याचं गाव म्हणा ना— तिथं आठवड्याचा बाजार भरतो. अमुक गावी रविवारी बाजार भरतो. असे बाजार भरण्याचे दिवस पूर्वापार चालत आलेले असतात. बाजाराच्या दिवशी बाजारात आणि परिसरात धूळ बरीच उडत असते. माणसं, बैलगाड्या, हातगाड्या, सायकली, ट्रक, आणखी काहीबाही... सर्वांची मिळून एकत्रित अशी धूळ वातावरणात असते. आठवड्याचा बाजार म्हणजे हल्लीच्या डिपार्टमेंट स्टोअर्सचं पारंपरिक रूप, असं म्हटलं तरी चालेल. फरक एवढाच की, डिपार्टमेंट स्टोअर्स एकाच ठिकाणी बंदिस्त जागी असतं, तर आठवड्याचा बाजार या नावाचं डिपार्टमेंट स्टोअर मोकळ्या मैदानावर, उघड्यावर असतं. डिपार्टमेंट स्टोअर्स ही त्या जागी कायम स्वरूपात असतात, तर आठवड्याचा बाजार या नावाचं डिपार्टमेंट स्टोअर आठवड्यातून एकदाच सुरू असतं. ते साधारणपणे सकाळी दहा अकरापासून संध्याकाळी अंधार पडेपर्यंत चालू असतं.

आठवड्याच्या बाजारात प्रामुख्यानं दैनंदिन जीवनास उपयोगी असणाऱ्या वस्तू मिळतात. धान्य, फळं, कापड, मिरच्या, ऊस, खेळणी, लोखंडी घरगुती वस्तू— तवा, कढई, पळी वगैरे. पोळपाट-लाटणं अगर लाकडी वस्तूंपासून दोरखंड, बादल्या, भंगार वस्तू, भाजीपाल्यापर्यंत सगळं काही मिळतं. तिथं मेडिकल स्टोअर्स नसतं, सोन्याचांदीचं दुकान नसतं, पुस्तकाचं दुकान नसतं, इंग्लिश खेळांच्या वस्तूचं दुकान नसतं. परंतु दहा-वीस शिंपी शिलाईकाम करत बसलेले असतात. जुनी-नवी पादत्राणं विकत मिळतात. कानकोरणं, दातकोरणं मिळतं. धूळमिश्रित कांद्याची भजी, जिलेबी वगैरे मिळते. आठवड्याचा बाजार म्हणजे मजेशीर प्रकरण आहे. काही काही खेडी इतकी लहान असतात की, तिथं मीठ,

गोडे तेल, माचिस, च्या-साखर हे पदार्थसुद्धा मिळत नाहीत. ते या आठवड्याच्या बाजारातूनच आणावे लागतात. आठ तासांचा बाजार आणि आठ दिवसांची निश्चिंती.

लग्नाचा बाजार हाही एक मोठा बाजार आहे. हा बाजार एकाच जागी भरत नाही. तो अमुकच ठिकाणी भरतो, असंही नाही. तसा हा बाजार घरोघरी भरलेला असतो. मुलगी लग्नाची झाली की, नवऱ्यांच्या बाजारात मुलीच्या बापाला पायपीट करावी लागते. या क्षेत्रात दोन बाजार असतात— प्रेमाचा बाजार आणि दुसरा लग्नाचा बाजार. त्यात एक विशेष गोष्ट दिसून येते. ती म्हणजे, प्रेमाच्या बाबतीत मुलीचं मार्केट टाईट असतं. "आय लव्ह यू", असं एकदा म्हटलं तर ती एकदा "हुडत्" म्हणते. दहादा "आय लव्ह यू" म्हटलं, तर ती अकरा वेळा "हुडुत्" म्हणते. प्रेमवीरानं चिकाटीनं शंभरदा "आय लव्ह यू" असं म्हटलं, तर ती "(१) हुडुत (२) हुडुत (३) हुडुत (६७) हुडुत (१३) हुडत (१०३) हुडुत आणि (१११) हुडुत" असं म्हणते. सांगतो काय, प्रेमाच्या बाबतीत मुलीचं मार्केट सॉलिड टाईट असतं.

याच्या उलट लग्नाच्या बाजारात मुलाचं मार्केट टाईट असतं. मुलीचा बाप मुलीला घेऊन दारोदार हिंडत असतो. मुलाकडल्यांच्या अपेक्षा काहीच्या काहीच असतात. हे पाहिजे, अमुक पाहिजे, तमुक पाहिजे, अलाणं पाहिजे, फलाणं पाहिजे, वगैरे पाहिजे, इत्यादी इत्यादी पाहिजे... शेवटी एट्सेट्रा, एट्सेट्रा मागून झालं तरी मागण्या संपत नाहीत. शेवटी दोनच वस्तू अजून का मागत नाहीत, याचंच आश्चर्य वाटतं. पहिली वस्तू— सुमारे पाच लिटर घासलेट आणि दुसरी काड्यांची पेटी. नवविवाहितेचा हुंडाबळी घेण्यासाठी मुलीच्या सासरची माणसं स्वखर्चानं घासलेट आणि काड्याची पेटी आणतात, म्हणजे कमालच आहे! लग्नाच्या बाबतीत मुलाचं मार्केट अत्यंत टाईट असतं.

जर्सी गाय, जाफराबादी म्हैस, रेसचा घोडा, खिल्लारी बैल, अल्सेशियन कुत्रा वगैरे मानवेतर प्राण्यांच्या किमती फार मोठ्या असतात. त्याच चालीवर इंजिनिअर मुलगा, डॉक्टर मुलगा, ऑफिसर मुलगा, कॉम्प्युटरवाला मुलगा, प्राध्यापक मुलगा— असली उमदी मानवी जनावरंसुद्धा अशीच महाग, आवाक्याबाहेरच्या किमतीची असतात. लग्न म्हटलं की, मुलांच्या टाईट मार्केटला तोड नाही. मघापासून मार्केट-मार्केट म्हणतोय— म्हणजे बाजारच. बाजारात ही उमदी लग्नाळू जनावरं त्यांच्या किमतीसह मांडून ठेवलेली असतात. प्रेमाचा बाजार आणि लग्नाचा बाजार सर्वत्र सदैव भरलेला असतो. मनुष्यप्राणी आणि लग्नसंस्था असेपर्यंत हे असंच चालायचं. हे दोन बाजार पिढ्यान् पिढ्या चालत आले आहेत आणि पुढेही पिढ्यान्

पिढ्या सुरू राहणार आहेत. 'हुडुत्' आणि 'देत राहा' हे दोन उद्गार म्हणजे मुलींचा बाजार आणि मुलांचा बाजार यांच्या सारांशाचाही सारांश आहे.

सर्वत्र आणखी एक बाजार दिसून येतो. हा बाजार जगभर पसरलेला आहे, असं म्हटलं तरी चालेल. या बाजाराचं नाव आहे— 'मूर्खांचा बाजार.' हा बाजार कुठंही असू शकतो. कोणत्याही कामात काही मंडळींनी काहीच्या काहीच काही तरी करून ठेवलं आणि त्यामुळे काही बाही घडत जाऊन नुकसान होऊ लागलं की मग काही शहाणे लोक म्हणतात, ''हे असं होणार होतं, हे आम्हाला आधीपासून माहीत होतं. च्यायला! (ही शहाण्यांची अवहेलनादर्शक प्रतिक्रिया) इथून-तिथून सगळा मूर्खांचा बाजार!'' मूर्खपणा दोन पातळींवरून करता येतो. एक वैयक्तिक पातळीवरून आणि दोन-सामूहिक पातळीवरून. वैयक्तिक पातळीवरचा मूर्खपणा मर्यादित असतो म्हणून त्या मूर्खपणाला बाजार अशी संज्ञा देता येत नाही. परंतु सामूहिक मूर्खपणा म्हणजेच मूर्खांचा बाजार. जगामध्ये मनुष्यप्राणी निर्माण झाल्यापासून आजमितीपर्यंत शहाणी माणसं आणि मूर्ख माणसं यांची टक्केवारी पाहिली, तर मूर्खांची टक्केवारी सतत फार मोठी असल्याचं दिसून येते. त्यामुळे 'वाईज मेन आर ऑल्वेज इन मायनॉरिटी' असं जे वचन आहे, ते त्रिकालाबाधित सत्य आहे, हे दिसून येतं. हे एक झालं. आता एक अशी अडचण निर्माण होते की, बहुसंख्याकांनी चालवलेलं लोकशाही राज्य म्हणजे, बहुसंख्य असणाऱ्या मूर्खांच्या प्रतिनिधींनी चालवलेलं राज्य— असं मानायचं काय? यांच्याकडून चुका झाल्या, दोष झाले, गोंधळ झाला, योजना फसल्या वगैरे वगैरे झालं, तर त्या सर्व गोष्टींना मिळून 'मूर्खांचा बाजार' असं म्हणायचं का? तसं म्हणणंसुद्धा अडचणीचं होईल. बहुसंख्याकांची सत्ता म्हणजे लोकशाही. लोकशाहीची लिंकनची जगप्रसिद्ध व्याख्या 'डेमॉक्रसी फॉर दि पीपल, ऑफ दि पीपल अँड बाय दि पीपल', अशी आहे. बहुसंख्य लोक मूर्ख असतात, म्हणजे मूर्खांचा बाजार असतो, या गोष्टीचा आधार घेऊन 'डेमॉक्रसी ऑफ दि फूल्स, फॉर दि फूल्स अँड बाय दि फूल्स', अशी व्याख्या केली तर ती वस्तुस्थितीदर्शक ठरेल की, लोकशाहीच्या व्याख्येत न बसणारी ठरेल, हे नेहमी मायनॉरिटीत असणाऱ्या शहाण्यांनी ठरवावे.

आता दि ग्रेट बाजार! गाढवांचा बाजार. जिल्हा- अहमदनगर, तालुका पाथर्डी. गाव मढी. वृत्तपत्र— सकाळ आणि लोकसत्ता, दि. १६.३.२००१. या दिवशी अशी बातमी प्रसिद्ध झाली होती की, मढी या गावी भरलेल्या ओरिजिनल (म्हणजे मानवी नव्हे, ते) गाढवांच्या खरेदी-विक्रीच्या बाजारात दोन कोटी रुपयांची उलाढाल झाली. गाढवांच्या बाजारात दोन कोटी रुपयांची उलाढाल म्हणजे 'टू मच'च वाटलं. सरकार वाचविण्यासाठी काही कोटी रुपये देण्याची आणि काही

कोटी रुपये घेण्याची मानवी उलाढाल हासुद्धा मानवी गाढवांपुरताच मर्यादित बाजार असतो, तर गाढवपणाच्या बाजारावर मानवाची मोनॉपॉली आहे, हा या दोन बाजारांतला फरक आहे.

■ ■ ■

www.ingramcontent.com/pod-product-compliance
Lightning Source LLC
Chambersburg PA
CBHW031207260626
47169CB00004B/1277
* 9 7 8 8 1 7 2 9 4 8 3 1 3 *